ดร.แจร็อก ลี

จงเฝ้าระวังและอธิษฐาน

URIM BOOKS

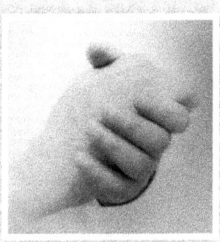

พระองค์จึงเสด็จกลับมายังสาวกเหล่านั้น
เห็นเขานอนหลับอยู่แลตรัสกับเปโตรว่า
"เป็นอย่างไรนะท่านทั้งหลายจะคอยเฝ้าอยู่กับเราสักชั่วเวลาหนึ่งไม่ได้หรือ
จงเฝ้าระวังแลอธิษฐานเพื่อท่านจะไม่เข้าในการทดลอง
จิตใจพร้อมแล้วก็จริง แต่เนื้อหนังยังอ่อนกำลัง"
(มัทธิว 24:40-41)

จงเฝ้าระวังและอธิษฐาน โดย ดร. แจร็อก ลี
จัดพิมพ์โดย อูริมบุ๊คส์ (ตัวแทน: เจียมซุน วิน)
235-3, คูโร-ดอง 3, คูโร-กุ, โซล เกาหลีใต้
www.urimbook.com

ห้ามจัดพิมพ์หนังสือเล่มนี้หรือส่วนหนึ่งส่วนใดของหนังสือเล่มนี้ซ้ำ หรือเก็บไว้ในระบบเพื่อนำกลับมาใช้
ใหม่ หรือถ่ายทอดด้วยรูปแบบอื่นใด หรือโดยเครื่องมืออีเลกทรอนิกส์ เครื่องกล การถ่ายสำเนา การบันทึกหรือด้วยวิธีการหนึ่งใดเหล่านี้โดยมิได้รับอนุญาตจากผู้จัดพิมพ์อย่างเป็นลายลักษณ์อักษร

สงวนลิขสิทธิ์ © 2010 โดย ดร.แจร็อก ลี
ISBN: 979-11-263-1357-0 03230
ได้รับอนุญาตให้แปลเป็นภาษาอังกฤษโดยดร.คูยัง ซุง
ได้รับอนุญาตให้แปลเป็นภาษาไทยโดยดร.ดานิเอล แสงวิชัย

ก่อนหน้านี้จัดพิมพ์เป็นภาษาเกาหลีโดยอูริมบุ๊คส์ กรุงโซล ประเทศเกาหลี
ในปี 1992
จัดพิมพ์ครั้งที่ 1 เมือกรกฎาคม 2007

บทบรรณาธิการโดยดร.เจียมซุน วิน
ออกแบบโดยแผนกบรรณาธิการของอูริมบุ๊คส์
จัดพิมพ์โดย ....
ข้อมูลเพิ่มเติมโปรดติดต่อ urimbook@hotmail.com

อารัมภบท

เมื่อพระเจ้าทรงสั่งให้เราอธิษฐานอย่างสม่ำเสมอพระองค์ทรงกำชับเราด้วยวิธีการต่าง ๆ เช่นกันว่าเพราะเหตุใดเราจึงอธิษฐานอย่างสม่ำเสมอและทรงเตือนเราให้เราเพื่อเราจะไม่เข้าไปสู่การทดลอง

การหายใจเป็นเรื่องปกติธรรมชาติและไม่ใช่ภาระหนักสำหรับคนที่มีสุขภาพร่างกายแข็งแรงฉันใด การอธิษฐานอย่างสม่ำเสมอและการดำเนินชีวิตโดยพระคำของพระเจ้าก็ถือเป็นเรื่องปกติธรรมชาติและไม่ใช่ภาระหนักสำหรับคนที่มีสุขภาพฝ่ายวิญญาณแข็งแรงด้วยฉันนั้น สาเหตุก็เพราะว่ายิ่งบุคคลอธิษฐานมากเท่าใดเขาก็จะมีสุขภาพฝ่ายวิญญาณดียิ่งขึ้นเท่านั้นและเขาจะจำเริญสุขทุกประการอย่างที่จิตวิญญาณของเขาจำเริญอยู่นั้น ด้วยเหตุนี้การอธิษฐานจึงเป็นสิ่งที่สำคัญมากทีเดียว

คนที่เสียชีวิตไม่สามารถหายใจผ่านทางจมูกของตนฉันใด คนที่ตายฝ่ายวิญญาณก็ไม่สามารถหายใจฝ่ายวิญญาณด้วยฉันนั้น กล่าวคือ วิญญาณของมนุษย์ตายไปเนื่องจากบาปของอาดัม แต่คนที่มีชีวิตฝ่ายวิญญาณขึ้นมาใหม่โดยพระวิญญาณบริสุทธิ์ต้องไม่หยุดอธิษฐานตราบใดที่วิญญาณจิตของเขายังมีชีวิตอยู่ เช่

นเดียวกับการที่เราไม่สามารถหยุดพักจากการหายใจได้

ผู้เชื่อใหม่ที่เพิ่งต้อนรับเอาพระเยซูคริสต์ได้ไม่นานเป็นเหมือนทารก คนเหล่านี้ยังไม่รู้จักวิธีการอธิษฐานและมักพบว่าการอธิษฐานเป็นเรื่องเหน็ดเหนื่อย แต่ถ้าเขาไม่ยอมหยุดพึ่งพิงพระคำของพระเจ้าและอธิษฐานอย่างขยันหมั่นเพียรอยู่เสมอวิญญาณจิตของเขาจะเติบโตขึ้นและเขาจะได้รับการเสริมกำลังเมื่อเขาอธิษฐานอย่างร้อนรน จากนั้นคนเหล่านี้จะรู้ว่าเขาไม่สามารถมีชีวิตอยู่ได้ถ้าปราศจากการอธิษฐานเหมือนดังที่ไม่มีใครสามารถหยุดพักจากการหายใจได้

การอธิษฐานไม่ได้เป็นเพียงการหายใจฝ่ายวิญญาณของเราเท่านั้นแต่ยังเป็นช่องทางของการสนทนาที่ต้องเปิดอยู่เสมอระหว่างพระเจ้ากับบุตรของพระองค์ด้วยเช่นกัน จากข้อเท็จจริงที่ว่าการสนทนาระหว่างพ่อแม่ลูกในครอบครัวในปัจจุบันได้ขาดสะบั้นลงถือเป็นเรื่องที่น่าเศร้าสลด ความไว้วางใจระหว่างถูกทำลายลงและความสัมพันธ์ของคนเหล่านี้กลายเป็นเพียงรูปแบบ แต่ไม่มีสิ่งใดที่เราไม่สามารถบอกกับพระเจ้าของเราได้

พระเจ้าผู้ยิ่งใหญ่ของเราทรงเป็นพระบิดาที่ห่วงใยซึ่งรู้จักแ

ละเข้าใจเราดีที่สุด พระองค์ทรงให้ความสนใจกับเราอย่างใกล้ชิดและทรงปรารถนาที่จะให้เราพูดคุยกับพระองค์ซ้ำแล้วซ้ำอีก ด้วยเหตุนี้ สำหรับผู้เชื่อทุกคนการอธิษฐานจึงเป็นกุญแจสำคัญที่จะเคาะและไขเข้าไปสู่พระทัยของพระเจ้าผู้ยิ่งใหญ่และเป็นอาวุธที่อยู่นอกเหนือกาลเวลาและสถานที่ เราเคยเห็น เราเคยได้ยิน และเราเคยพบกับคริสเตียนจำนวนนับไม่ถ้วนที่ชีวิตของเขาได้รับการเปลี่ยนแปลงและทิศทางของประวัติศาสตร์ของโลกถูกปรับเปลี่ยนไปด้วยฤทธิ์อำนาจแห่งการอธิษฐานด้วยตนเองบ้างหรือไม่

ในขณะที่เราทูลขอความช่วยเหลือจากพระวิญญาณบริสุทธิ์ด้วยใจถ่อมเมื่อเราอธิษฐานพระเจ้าจะทรงเติมเราให้เต็มด้วยพระวิญญาณบริสุทธิ์ พระองค์จะทรงอนุญาตให้เราเข้าใจน้ำพระทัยของพระองค์และดำเนินชีวิตตามน้ำพระทัยนั้นอย่างชัดเจนยิ่งขึ้น และพระองค์จะทรงช่วยให้เราเอาชนะผีมารซาตานและมีชีวิตอยู่ในโลกนี้อย่างผู้ชนะ อย่างไรก็ตาม เมื่อคนหนึ่งไม่ได้ทูลขอการทรงนำจากพระวิญญาณบริสุทธิ์เพราะเขาไม่ได้อธิษฐานเขาก็จะพึ่งพิงความคิดและหลักการของตนเองก่อนเป็นอันดับแรกและจะมีชีวิตอยู่ในความเท็จซึ่งต่อสู้กับน้ำพระทัยของพระเจ้าแล

ะเป็นการยากสำหรับเขาที่จะได้รับความรอด เพราะเหตุนี้ โคโลสี 4:2 จึงบอกเราว่า "จงขะมักเขม้นในการอธิษฐาน จงเฝ้าระวังอยู่ในการนั้นด้วยขอบพระคุณ" และมัทธิว 26:41 กล่าวว่า "จงเฝ้าระวังและอธิษฐาน เพื่อท่านจะไม่เข้าในการทดลอง จิตใจพร้อมแล้วก็จริง แต่เนื้อหนังยังอ่อนกำลัง"

เหตุผลที่พระเยซูพระบุตรองค์เดียวของพระเจ้าทรงสามารถบรรลุภารกิจทั้งสิ้นตามน้ำพระทัยของพระเจ้าก็เพราะฤทธิ์อำนาจของการอธิษฐาน ก่อนเริ่มต้นพันธกิจของพระองค์พระเยซูทรงอธิษฐานอดอาหารเป็นเวลา 40 วันและทรงวางแบบอย่างชีวิตของการอธิษฐานด้วยการอธิษฐานในทุกที่ทุกแห่งที่พระองค์ทรงกระทำได้ตลอดช่วงเวลาสามปีแห่งการทำพันธกิจของพระองค์

เราเห็นว่าคริสเตียนจำนวนมากรู้จักความสำคัญของการอธิษฐาน แต่หลายคนก็ไม่ได้รับคำตอบจากพระเจ้าเพราะเขาไม่รู้จักวิธีการอธิษฐานตามน้ำพระทัยของพระเจ้า ผมรู้สึกเศร้าใจที่ได้ยินและพบเห็นคนที่อยู่ในสภาพเช่นนี้มาเป็นเวลานาน แต่ผมมีความปิติยินดีที่จะจัดพิมพ์หนังสือเกี่ยวกับการอธิษฐานซึ่งเขียนขึ้นจากประสบการณ์ส่วนตัวและการทุ่มเทชีวิตให้กับการอธิษฐา

นของผมมาเป็นเวลามากกว่า 20 ปี

    ผมหวังว่าหนังสือขนาดเล็กเล่มนี้จะเป็นประโยชน์อย่างมากต่อผู้อ่านทุกคนในการพบปะและมีประสบการณ์กับพระเจ้าและการมีชีวิตในการอธิษฐานด้วยพลังอำนาจ ขอให้ผู้อ่านทุกคนเฝ้าระวังและอธิษฐานอยู่เสมอเพื่อท่านจะมีพลานามัยสมบูรณ์และจำเริญสุขทุกประการอย่างที่วิญญาณจิตของท่านจำเริญอยู่นั้น ผมอธิษฐานในพระนามขององค์พระผู้เป็นเจ้า

แจร็อก ลี

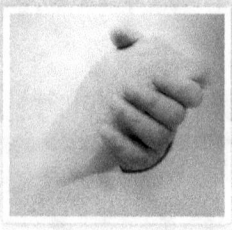

สารบัญ
จงเฝ้าระวังและอธิษฐาน

อารัมภบท

บทที่ 1
จงขอ จงหา และจงเคาะ • 1

บทที่ 2
จงเชื่อว่าท่านได้รับแล้ว • 21

บทที่ 3
การอธิษฐานที่พระเจ้าพอพระทัย • 35

บทที่ 4
เพื่อท่านจะไม่เข้าในการทดลอง • 57

บทที่ 5
คำอธิษฐานของผู้ชอบธรรม • 73

บทที่ 6
พลังอำนาจของการอธิษฐานแบบร่วมใจกัน • 85

บทที่ 7
จงอธิษฐานอยู่เสมอและอย่ายอมแพ้ • 101

บทที่ 1

จงขอ จงหา และจงเคาะ

"จงขอแล้วจะได้ จงหาแล้วจะพบ จงเคาะแล้วจะเปิดให้แก่ท่าน
เพราะว่าทุกคนที่ขอก็ได้รับ
คนที่แสวงหาก็พบ
และคนที่เคาะก็จะเปิดให้เขา
ในพวกท่านมีใครบ้างที่จะเอาก้อนหินให้บุตร เมื่อเขาขอขนมปัง
หรือให้งูเมื่อบุตรขอปลา
เหตุฉะนั้น ถ้าท่านทั้งหลายเองผู้เป็นคนชั่ว
ยังรู้จักให้ของดีแก่บุตรของตน
ยิ่งกว่านั้นสักเท่าใดพระบิดาของท่าน
ผู้ทรงสถิตในสวรรค์
จะประทานของดีแก่ผู้ที่ขอจากพระองค์"

(มัทธิว 7:7-11)

1. พระเจ้าประทานของดีแก่ผู้ที่ขอจากพระองค์

พระเจ้าไม่ทรงต้องการให้บุตรของพระองค์ทนทุกข์จากความยากจนและโรคภัยไข้เจ็บ แต่พระองค์ทรงปรารถนาให้ทุกสิ่งทุกอย่างในชีวิตของเราราบรื่น อย่างไรก็ตาม ถ้าเราเพียงแต่นั่งอยู่เฉย ๆ โดยไม่ใช้ความพยายามใด ๆ เราก็จะไม่ได้รับสิ่งใดเป็นผลตอบแทน แม้พระเจ้าทรงสามารถให้ทุกสิ่งทุกอย่างที่อยู่ในจักรวาลแก่เรา พราะสิ่งสารพัดเป็นของพระองค์ แต่พระองค์ก็ทรงปรารถนาให้บุตรของพระองค์ทูลขอ แสวงหา และได้สิ่งเหล่านั้นมาด้วยตนเองเหมือนภาษิตโบราณที่กล่าวว่า "เราจะให้อาหารแก่เด็กทารกเมื่อเขาร้องไห้"

ถ้าบุคคลที่ยืนอยู่นิ่งเฉยต้องการที่จะได้รับสิ่งหนึ่งสิ่งใด เขาก็ไม่แตกต่างอะไรไปจากดอกไม้ที่ปลูกอยู่ในสวน ถ้าลูกประพฤติตนเหมือนต้นพืชที่แน่นิ่งอยู่เฉย ๆ และใช้เวลาทั้งวันจมปลักอยู่บนเตียงนอนโดยไม่พยายามที่จะใช้ชีวิตของตน พ่อแม่ของเขาคงรู้สึกท้อแท้ใจ พฤติกรรมเช่นนี้เป็นเหมือนคนเกียจคร้านซึ่งใช้เวลาทั้งหมดของเขาไปกับการนอนรอให้ผลไม้หล่นเข้าไปในปากของตน

พระเจ้าทรงต้องการให้เราเป็นบุตรของพระองค์ที่มีความขยันและความฉลาดซึ่งรู้จักขอ หา และเคาะเพื่อจะได้ชื่นชมพระพรของพระเจ้าและถวายเกียรติยศแด่พระองค์ นั่นคือสาเหตุที่พระองค์ทรงสั่งให้เราขอ หา และเคาะ ไม่มีพ่อแม่คนใดจะให้ก้อนหินกับลูกของตนเมื่อเขาขอขนมปัง ไม่มีพ่อแม่คนใดจะให้งูเมื่อลูกขอปลา แม้พ่อแม่ที่ชั่วร้ายก็ต้องการที่จะให้สิ่งที่ดีกับลูกของตน

ท่านไม่คิดหรือว่าพระเจ้าของเรา (ผู้ทรงรักเราจนได้ประทานพระบุตรองค์เดียวของพระองค์เพื่อมาตายแทนเรา) จะไม่ให้สิ่งที่ดีกับบุตรของพระองค์เมื่อเราขอ

พระเยซูตรัสกับเราในยอห์น 15:16 ว่า "ท่านทั้งหลายไม่ได้เลือกเรา แต่เราได้เลือกท่านทั้งหลาย และได้แต่งตั้งท่านทั้งหลายไว้ให้ท่านจะไปเกิดผล และเพื่อให้ผลของท่านอยู่ถาวร เพื่อว่าเมื่อท่านทูลขอสิ่งใดจากพระบิดาในนามของเรา พระองค์จะได้ประทานสิ่งนั้นให้แก่ท่าน" พระเจ้าแห่งความรักผู้ยิ่งใหญ่ทรงสัญญาอย่างหนักแน่นว่าเมื่อเราขอ หา และเคาะอย่างเอาจริงเอาจังพระองค์จะทรงเปิดประตูสวรรค์เพื่ออวยพรเราและจะทรงตอบสนองความปรารถนาแห่งจิตใจของเรา

ขอให้เราเรียนรู้จักวิธีการขอ หา และเคาะจากมัทธิว 7:7-11 ที่ใช้ในบทนี้และได้รับทุกสิ่งที่เราทูลขอจากพระเจ้าเพื่อให้เป็นที่ถวายเกียรติยศแด่พระองค์และเป็นความชื่นชมยินดีสำหรับเรา

2. จงขอแล้วจะได้

พระเจ้าตรัสกับทุกคนว่า "จงขอแล้วจะได้" และทรงปรารถนาให้ทุกคนเปี่ยมล้นไปด้วยพระพรซึ่งได้รับทุกสิ่งที่เขาทูลขอ ถ้าเช่นนั้นพระเจ้าทรงต้องการให้เราขอสิ่งใด

1) ขอกำลังจากพระเจ้าและการเห็นพระพักตร์ของพระองค์

หลังจากที่พระเจ้าทรงสร้างฟ้าสวรรค์และแผ่นดินโลกรวมทั้งสิ่งสารพัดซึ่งอยู่ในที่เหล่านั้นแล้ว พระองค์ได้ทรงสร้างมนุษย์ขึ้นมา

พระเจ้าทรงอวยพรเขาและทรงบอกให้มนุษย์เกิดผลและทวีจำนวนขึ้นจนเต็มแผ่นดินและให้มนุษย์มีอำนาจครอบครองเหนือสิ่งสารพัด เหนือปลาในทะเลและนกในท้องฟ้า และเหนือสิ่งมีชีวิตทั้งสิ้นที่เคลื่อนไหวอยู่บนแผ่นดินโลก

อย่างไรก็ตาม หลังจากที่อาดัมมนุษย์คนแรกไม่เชื่อฟังพระคำของพระเจ้า เขาก็สูญเสียพระพรเหล่านั้นไปและได้ซ่อนตัวให้พ้นจากพระพักตร์พระเจ้าเมื่อเขาได้ยินพระสุรเสียงของพระองค์ (ปฐมกาล 3:8) นอกจากนั้น มนุษย์กลายเป็นคนบาปที่เหินห่างไปจากพระเจ้าและมุ่งหน้าไปสู่หนทางแห่งความพินาศในฐานะทาสของผีมารซาตาน

แต่พระเจ้าแห่งความรักได้ทรงส่งพระเยซูคริสต์พระบุตรของพระองค์เข้ามาในโลกนี้เพื่อช่วยคนบาปเหล่านี้ให้รอดและทรงเปิดประตูแห่งความรอดให้กับเขา ใครก็ตามที่ต้อนรับเอาพระเยซูคริสต์เป็นพระผู้ช่วยให้รอดของตนและเชื่อในพระนามของพระองค์ พระเจ้าก็ทรงยกโทษบาปทั้งสิ้นของเขาและทรงมอบพระวิญญาณบริสุทธิ์ให้เป็นของขวัญแก่เขา

นอกจากนี้ ความเชื่อในพระเยซูคริสต์ยังนำเราไปสู่ความรอดและช่วยเราให้ได้รับกำลังจากพระเจ้าเช่นกัน เราจะดำเนินชีวิตในความเชื่อของเราอย่างประสบความสำเร็จได้ก็ต่อเมื่อเราได้รับพระกำลังและฤทธิ์อำนาจจากพระเจ้าเท่านั้น กล่าวคือ เราจะมีชัยชนะต่อโลกและดำเนินชีวิตตามพระคำของพระเจ้าได้ก็ต่อเมื่อเราได้รับพระคุณและพระกำลังจากเบื้องบนเท่านั้น เราต้องได้รับฤทธิ์อำนาจจากพระองค์เพื่อจะเอาชนะวิญญาณชั่ว

สดุดี 105:4 กล่าวว่า "จงแสวงหาพระเยโฮวาห์

และพระกำลังของพระองค์ แสวงหาพระพักตร์ของพระองค์เรื่อยไป" พระเจ้าของเราทรงเป็นพระเจ้า "เราเป็น" (อพยพ 3:14) ผู้สร้างฟ้าสวรรค์และแผ่นดินโลก (ปฐมกาล 2:4) และทรงเป็นผู้ปกครองเหนือประวัติศาสตร์และสิ่งสารพัดในจักรวาลจากปฐมกาลและชั่วนิรันดร์กาล พระเจ้าทรงเป็นพระวาทะและพระองค์ทรงสร้างสิ่งสารพัดในจักรวาลโดยพระวาทะ ดังนั้นพระวาทะของพระองค์คือฤทธิ์อำนาจ ถ้อยคำของมนุษย์เปลี่ยนแปลงอยู่เสมอและไม่มีพลังอำนาจที่จะสร้างหรือทำให้สิ่งใดเกิดขึ้นได้ แต่พระคำของพระเจ้ามีชีวิตและเต็มไปด้วยฤทธิ์อำนาจและสามารถสร้างสิ่งสารพัดให้เกิดขึ้นได้ ซึ่งแตกต่างจากถ้อยคำของมนุษย์ซึ่งเต็มไปด้วยความเท็จและเปลี่ยนแปลงอยู่เสมอ

ด้วยเหตุนี้ ไม่ว่าบุคคลจะรู้สึกขาดกำลังสักเพียงใดก็ตาม ถ้าเขาได้ยินพระคำของพระเจ้าที่มีชีวิตและเชื่อในพระคำนั้นโดยไม่สงสัย เขาก็สามารถสร้างสิ่งสารพัดให้เกิดขึ้นและทำให้บางสิ่งบางอย่างเกิดขึ้นจากความว่างเปล่าได้ด้วยเช่นกัน การสร้างบางสิ่งบางอย่างขึ้นจากความว่างเปล่าเป็นไปไม่ได้ถ้าปราศจากความเชื่อในพระคำของพระเจ้า เพราะเหตุนี้พระเยซูจึงตรัสกับผู้คนที่มาหาพระองค์ว่า "ทุกสิ่งจะเป็นไปตามความเชื่อของท่าน" โดยสรุป การขอกำลังจากพระเจ้าเป็นเหมือนกับการขอให้พระองค์ประทานความเชื่อให้กับเรา

ถ้าเช่นนั้น "การแสวงหาพระพักตร์ของพระองค์อย่างต่อเนื่อง" หมายถึงอะไร เราไม่สามารถบอกได้ว่าเรา "รู้จัก" ใครบางคนโดยที่เราไม่รู้จักหน้าเขา เช่นเดียวกัน "การแสวงหาพระพักตร์ของพระเจ้า" ก็หมายถึงความพยายามของเ

ราทีจะค้นหาว่า "พระเจ้าคือใคร" นั้นหมายความว่าผู้คนทีหลีกเลียงการมองดูพระพักตร์ของพระเจ้าและการฟังพระสุรเสียงของพระองค์ก่อนหน้านี้ได้เปิดจิตใจของตนออกในเวลานี้เพือแสวงหาและเข้าใจเกียวกับพระเจ้าและพยายามทีจะฟังพระสุรเสียงของพระองค์ คนบาปไม่สามารถเชิดหน้าของตนขึนและพยายามทีจะหันหน้าหนีไปจากคนอืน แต่หลังจากทีเขาได้รับการยกโทษเขาก็สามารถเชิดหน้าของตนขึนและมองดูคนอืน

ในทำนองเดียวกัน มนุษย์ทุกคนเป็นคนบาปโดยการไม่เชือฟังพระคำของพระเจ้า แต่ถ้าคนหนึงได้รับการยกโทษด้วยการยอมรับเอาพระเยซูคริสต์และเป็นบุตรของพระเจ้าด้วยการได้รับพระวิญญาณบริสุทธิ์ เขาก็สามารถมองเห็นพระเจ้าผู้ทรงเป็นความสว่างเพราะพระเจ้าผู้ชอบธรรมได้ทรงประกาศให้เขาเป็นผู้ชอบธรรม

เหตุผลสำคัญทีสุดทีพระเจ้าทรงบอกให้ทุกคน "แสวงหาพระพักตร์ของพระเจ้า" ก็เพราะว่าพระองค์ทรงต้องการให้คนบาปแต่ละคนได้คืนดีกับพระเจ้าและได้รับพระวิญญาณบริสุทธิ์ด้วยการขอเห็นพระพักตร์พระเจ้าและเป็นบุตรของพระองค์ผู้ซึงสามารถเข้าหาพระเจ้าแบบหน้าต่อหน้า เมือคนหนึงกลายเป็นบุตรของพระเจ้าพระผู้สร้างเขาจะได้ไปสวรรค์ มีชีวิตนิรันดร์ และมีความสุขซึงเป็นพระพรทีสูงส่งยิงกว่าพระพรชนิดอืน

2) ขอให้แผ่นดินและความชอบธรรมของพระเจ้าสำเร็จ

คนทีได้รับพระวิญญาณบริสุทธิ์และเป็นบุตรของพระเจ้าจะสามารถดำเนินชีวิตใหม่เพราะเขาได้บังเกิดใหม่จากพระวิญญาณพระเจ้า (ผู้ทรงถือว่าวิญญาณหนึงดวงมีค่ายิงกว่าสวรรค์และแผ่นดิ

นโลก) ทรงบอกให้บุตรของพระองค์อธิษฐานขอให้แผ่นดินและความชอบธรรมของพระองค์สำเร็จเหนือสิ่งอื่นใด (มัทธิว 6:33)

พระเยซูตรัสกับเราในมัทธิว 6:25-33 ว่า...

เหตุฉะนั้น เราบอกท่านทั้งหลายว่า อย่ากระวนกระวายถึงชีวิตของตนว่าจะเอาอะไรกิน หรือจะเอาอะไรดื่ม และอย่ากระวนกระวายถึงร่างกายของตนว่าจะเอาอะไรนุ่งห่ม ชีวิตสำคัญยิ่งกว่าอาหารมิใช่หรือและร่างกายสำคัญยิ่งกว่าเครื่องนุ่งห่มมิใช่หรือ จงดูนกในอากาศ มันมิได้หว่าน มิได้เกี่ยว มิได้สะสมไว้ในยุ้งฉาง แต่พระบิดาของท่านทั้งหลายผู้ทรงสถิตในสวรรค์ทรงเลี้ยงนกไว้ ท่านทั้งหลายมิประเสริฐกว่านกหรือ มีใครในพวกท่านโดยความกระวนกระวายอาจต่อความสูงให้ยาวออกไปอีกสักศอกหนึ่งได้หรือ ท่านกระวนกระวายถึงเครื่องนุ่งห่มทำไม จงพิจารณาดอกลิลลีที่ทุ่งนาว่า มันงอกงามเจริญขึ้นได้อย่างไร มันไม่ทำงาน มันไม่ปั่นด้ายและเราบอกท่านทั้งหลายว่า ซาโลมอนเมื่อบริบูรณ์ด้วยสง่าราศีของท่านก็มิได้ทรงเครื่องงามเท่าดอกไม้นี้ดอกหนึ่ง เหตุฉะนั้น ถ้าพระเจ้าทรงตกแต่งหญ้าที่ทุ่งนาอย่างนั้น ซึ่งเป็นอยู่วันนี้และรุ่งขึ้นต้องทิ้งในเตาไฟ โอ ผู้มีความเชื่อน้อย พระองค์จะไม่ทรงตกแต่งท่านมากยิ่งกว่านั้นหรือ เหตุฉะนั้นอย่ากระวนกระวายว่า เราจะเอาอะไรกิน หรือจะเอาอะไรดื่ม หรือจะเอาอะไรนุ่งห่ม เพราะว่าพวกต่างชาติแสวงหาสิ่งของทั้งปวงนี้ แต่ว่าพระบิดาของท่านผู้ทรงสถิตในสวรรค์ทรงทราบแล้วว่า ท่านต้องการสิ่งทั้งปวงเหล่านี้ แต่ท่านทั้งหลายจงแสวงหาอาณาจักรของพระเจ้า และความชอบธรรมของพระองค์ก่อน แล้วพระองค์จะทรงเพิ่มเติมสิ่งทั้งปวงเหล่านี้ให้แก่ท่าน

ถ้าเช่นนั้น “การแสวงหาแผ่นดินของพระเจ้า” และ “การแสวงหาความชอบธรรมของพระเจ้า” หมายถึงอะไร กล่าวคือ ในการอธิษฐานขอให้แผ่นดินของพระเจ้าและความชอบธรรมของพระองค์สำเร็จนั้นเราจะทูลขอสิ่งใด

พระเจ้าได้ทรงส่งพระบุตรองค์เดียวของพระองค์มาในโลกและทรงยอมให้พระเยซูสิ้นพระชนม์บนกางเขนเพื่อมนุษยชาติที่ตกเป็นทาสของผีมารซาตานและถูกกำหนดไว้สำหรับความพินาศ พระเจ้าได้ทรงรื้อฟื้นสิทธิอำนาจที่เราสูญเสียไปกลับคืนมาใหม่และทรงอนุญาตให้เดินอยู่ในเส้นทางแห่งความรอดโดยทางพระเยซูคริสต์ ยิ่งเราเผยแพร่ข่าวประเสริฐเรื่องพระเยซูคริสต์ผู้ทรงสิ้นพระชนม์และทรงคืนพระชนม์เพื่อเราออกไปมากเท่าใด พลังอำนาจของผีมารซาตานก็จะถูกทำลายมากยิ่งขึ้นเท่านั้น ยิ่งพลังอำนาจของซาตานถูกทำลายมากเท่าใด ดวงวิญญาณก็จะมาถึงความรอดมากขึ้นเท่านั้น ยิ่งดวงวิญญาณมาถึงความรวดมากขึ้นเท่าใด แผ่นดินของพระเจ้าก็จะขยายกว้างออกไปมากขึ้นเท่านั้น ดังนั้น “การแสวงหาแผ่นดินของพระเจ้า” จึงหมายถึงการอธิษฐานเผื่อพันธกิจในการช่วยดวงวิญญาณให้รอดหรือพันธกิจโลกเพื่อมนุษย์ทุกคนจะกลายเป็นบุตรของพระเจ้า

เราเคยดำเนินชีวิตอยู่ในความมืดและอยู่ในความบาปและความชั่ว แต่เราได้รับกำลังให้เข้ามาอยู่ต่อพระพักตร์พระเจ้าผู้ทรงเป็นความสว่างโดยทางพระเยซูคริสต์ เพราะพระเจ้าทรงสถิตอยู่ในความดี ความชอบธรรม และความสว่าง เราจึงไม่สามารถเข้ามาหาพระเจ้าหรือเป็นบุตรของพระองค์ด้วยความบาปและความชั่วร้าย

ด้วยเหตุนี้ “การแสวงหาความชอบธรรมของพระเจ้า” จึงหมายถึ

งการอธิษฐานเผื่อดวงวิญญาณที่ตายไปแล้วให้เป็นขึ้นมาเพื่อดวงวิญญาณของเขาจะจำเริญขึ้นและเพื่อเขาจะเป็นคนชอบธรรมด้วยการดำเนินชีวิตตามพระคำของพระเจ้า เราต้องอธิษฐานขอให้พระเจ้าทรงอนุญาตให้เราได้ยินและเข้าใจพระคำของพระองค์ ออกมาจากความบาปและความมืดและอยู่ในความสว่าง และได้รับการชำระให้บริสุทธิ์ตามแบบอย่างความบริสุทธิ์ของพระเจ้า

การกำจัดการงานของเนื้อหนังทิ้งไปตามความปรารถนาของพระวิญญาณบริสุทธิ์และการรับการชำระให้บริสุทธิ์ด้วยการดำเนินชีวิตด้วยความจริงคือการทำให้ความชอบธรรมของพระเจ้าสำเร็จ ยิ่งกว่านั้น เมื่อเราขอให้ความชอบธรรมของพระเจ้าสำเร็จเราก็จะมีพลานามัยสมบูรณ์และเราจะจำเริญสุขทุกประการอย่างที่จิตวิญญาณของเราจำเริญอยู่นั้น (3 ยอห์น 1:2) เพราะเหตุนี้พระเจ้าจึงทรงสั่งให้เราอธิษฐานขอให้แผ่นดินของพระเจ้าและความชอบธรรมของพระองค์สำเร็จก่อนเป็นอันดับแรกและทรงสัญญากับเราว่าเราจะได้รับทุกสิ่งที่เราทูลขอ

3) ขอเป็นคนงานของพระเจ้าและทำให้หน้าที่ซึ่งเราได้รับมอบหมายสำเร็จ

ถ้าท่านขอให้แผ่นดินและความชอบธรรมของพระเจ้าสำเร็จ ท่านต้องอธิษฐานเพื่อขอเป็นคนงานของพระองค์ ถ้าท่านเป็นคนงานของพระเจ้าแล้วท่านต้องอธิษฐานด้วยใจร้อนรนเพื่อทำหน้าที่ซึ่งท่านได้รับมอบหมายให้สำเร็จ พระเจ้าทรงให้รางวัลแก่ผู้คนที่แสวงหาพระองค์ด้วยใจร้อนรน (ฮีบรู 11:6) และพระองค์จะประทานรางวัลให้กับทุกคนตามสิ่งที่เขาได้กระทำ (วิวรณ์ 22:12)

พระเยซูตรัสกับเราในวิวรณ์ 2:10 ว่า “แต่เจ้าจงสัตย์ซื่อจนถึงความตายและเราจะมอบมงกุฎแห่งชีวิตให้แก่เจ้า” แม้แต่ในชีวิตนี้ เมื่อคนหนึ่งตั้งใจเรียนอย่างขยันขันแข็งเขาก็จะได้รับทุนการศึกษาและเข้าเรียนในมหาวิทยาลัยที่มีชื่อเสียง เมื่อคนหนึ่งทุ่มเททำงานหนักเขาก็จะถูกเลื่อนขั้นและได้รับการปฏิบัติที่ดีและมีเงินเดือนสูงขึ้น

ในทำนองเดียวกัน เมื่อบุตรของพระเจ้าสัตย์ซื่อต่อหน้าที่ซึ่งพระเจ้าประทานให้เขาก็จะได้รับหน้าที่สูงขึ้นและได้บำเหน็จรางวัลยิ่งใหญ่มากขึ้น รางวัลในโลกนี้เทียบไม่ได้กับบำเหน็จรางวัลที่อยู่ในสวรรค์ทั้งในเรื่องขนาดหรือสง่าราศี ด้วยเหตุนี้ เราแต่ละคนต้องมีความร้อนรนในความเชื่อและอธิษฐานเพื่อขอเป็นคนงานที่มีคุณค่าของพระเจ้าในตำแหน่งของตน

ถ้าใครยังไม่ได้รับมอบหมายหน้าที่จากพระเจ้าเขาต้องอธิษฐานเพื่อขอเป็นคนงานเพื่อแผ่นดินของพระเจ้า ถ้าใครได้รับมอบหมายหน้าที่แล้วเขาต้องอธิษฐานเพื่อให้ทำหน้าที่ของตนได้ดียิ่งขึ้นและมองหาหน้าที่ที่ยิ่งใหญ่กว่า ฆราวาสต้องอธิษฐานเพื่อจะเป็นมัคนายกในขณะที่มัคนายกต้องอธิษฐานเพื่อจะเป็นผู้ปกครอง ผู้นำเซลล์ต้องอธิษฐานเพื่อจะเป็นผู้นำแขวง ผู้นำแขวงต้องอธิษฐานเพื่อจะเป็นผู้นำเขต และผู้นำเขตต้องอธิษฐานเพื่อขึ้นไปสู่หน้าที่ที่สูงขึ้น

สิ่งนี้ไม่ได้หมายความว่าแต่ละคนต้องขอมีตำแหน่งของผู้ปกครองหรือมัคนายก แต่หมายความว่าทุกคนต้องมีใจปรารถนาที่จะเป็นคนสัตย์ซื่อต่อหน้าที่ของตน พยายามทำหน้าที่ของตนอย่างเต็มที่ พร้อมที่จะรับใช้ และยอมให้พระเจ้าใช้ในหน้าที่ที่ยิ่งใหญ่มากขึ้น

สิ่งที่สำคัญที่สุดสำหรับคนที่ได้รับมอบหมายหน้าที่จากพระเจ้าคือความสัตย์ซื่อซึ่งจะทำให้เขาสามารถทำหน้าที่ที่ยิ่งใหญ่ยิ่งกว่าที่ตน

ทำอยู่ สำหรับเรื่องนี้เขาต้องอธิษฐานเพื่อว่าพระเจ้าจะทรงชมเชยเขาว่า "ดีแล้ว เจ้าเป็นผู้รับใช้ดีและสัตย์ซื่อ"

1 โครินธ์ 4:2 บอกเราว่า "ยิ่งกว่านี้ฝ่ายผู้อารักขาเหล่านั้นต้องเป็นคนที่สัตย์ซื่อทุกคน" ด้วยเหตุนี้ เราแต่ละคนต้องอธิษฐานเพื่อจะเป็นคนงานที่สัตย์ซื่อของพระเจ้าในคริสตจักรของเราซึ่งเป็นพระกายของพระคริสต์และในตำแหน่งต่าง ๆ ของเรา

4) ขออาหารประจำวัน

เพื่อไถ่มนุษย์ให้พ้นจากความยากจน พระเยซูทรงบังเกิดเป็นคนยากจน เพื่อรักษาโรคภัยและความป่วยไข้ทุกชนิดให้หาย พระเยซูทรงถูกเฆี่ยนตีและพระโลหิตของพระองค์ไหลออก ดังนั้น การที่บุตรของพระเจ้าจะมีชีวิตและพลานามัยที่อุดมสมบูรณ์และจำเริญสุขทุกประการจึงถือเป็นเรื่องธรรมชาติ

เมื่อเราขอให้แผ่นดินและความชอบธรรมของพระเจ้าสำเร็จก่อนเป็นอันดับแรก พระองค์ทรงบอกเราว่าพระเจ้าจะทรงเพิ่มเติมสิ่งทั้งปวงให้ (มัทธิว 6:33) กล่าวคือ หลังจากที่เราขอให้แผ่นดินของพระเจ้าและความชอบธรรมของพระเจ้าสำเร็จแล้วเราต้องอธิษฐานขอสิ่งจำเป็นต่อการดำเนินชีวิตอยู่ในโลกนี้ เช่น อาหาร เสื้อผ้า ที่อยู่อาศัย หน้าที่การงาน พระพรในการทำงาน และการอยู่ดีกินดีของครอบครัว เป็นต้น จากนั้นพระเจ้าจะทรงเพิ่มเติมให้เราตามที่พระองค์ทรงสัญญาไว้ จงจำไว้ว่าถ้าเราอธิษฐานขอเพื่อสนองตัณหาและความอยากของเรา แทนที่จะขอเพื่อสง่าราศีของพระเจ้า พระเจ้าจะไม่ตอบคำอธิษฐานของเรา คำอธิษฐานเพื่อความปรารถนาที่เป็นบาปจะได้ส่วนเกี่ยวข้องใด ๆ กับพระเจ้า

3. จงหาแล้วจะพบ

ถ้าท่านกำลัง "หา" ก็แสดงว่าท่านทำบางสิ่งหายไป พระเจ้าทรงต้องการให้มนุษย์ได้รับ "บางสิ่ง" ที่ตนทำหาย เพราะพระองค์ทรงสั่งให้เราหา อันดับแรก เราต้องคิดว่าอะไรคือสิ่งที่เราทำหายเพื่อเราจะค้นหา "สิ่งนั้น" ที่เราได้ทำหาย เราต้องคิดหาวิธีการเช่นกันว่าเราจะแสวงหาสิ่งนั้นอย่างไร

ถ้าเช่นนั้นท่านทำสิ่งใดหายไปและเราจะ "หา" สิ่งนั้นได้อย่างไร

มนุษย์คนแรกที่พระเจ้าทรงสร้างขึ้นนั้นเป็นวิญญาณที่มีชีวิตซึ่งประกอบด้วยร่างกาย จิตใจ และวิญญาณ ในฐานะวิญญาณที่มีชีวิตซึ่งสามารถสื่อสารกับพระเจ้าผู้ทรงเป็นพระวิญญาณได้มนุษย์คนแรกจึงชื่นชมกับพระพรทั้งสิ้นที่พระเจ้าประทานให้เขาและดำเนินชีวิตอยู่ในพระคำของพระองค์

ถึงกระนั้น มนุษย์คนแรกก็ไม่เชื่อฟังคำสั่งของพระเจ้าหลังจากถูกทดลองจากซาตาน เราอ่านพบในปฐมกาล 2:16-17 ว่า "พระเยโฮวาห์พระเจ้าจึงทรงมีพระดำรัสสั่งมนุษย์นั้นว่า 'บรรดาต้นไม้ทุกอย่างในสวนเจ้ากินได้ทั้งหมด แต่ต้นไม้แห่งความรู้ดีและรู้ชั่วเจ้าอย่ากินผลจากต้นนั้นเป็นอันขาด เพราะว่าเจ้ากินในวันใดเจ้าจะตายแน่ในวันนั้น'"

แม้ว่าหน้าที่ทั้งสิ้นของมนุษย์คือการยำเกรงพระเจ้าและการรักษาพระบัญญัติของพระองค์ (ปัญญาจารย์ 12:13) แต่มนุษย์คนแรกที่ถูกสร้างขึ้นก็ไม่ได้รักษาพระบัญญัติของพระองค์ ในที่สุด วิญญาณที่อยู่ในเขาก็ตายลงและเขากลายเป็นมนุษย์ที่ประกอบด้วยจิตใจซึ่งไม่สามารถสื่อสารกับพระเจ้าได้อีกต่อไปหลังจากที่เขากินผลจากต้

นไม้แห่งความรู้ดีและรู้ชั่วตามที่พระเจ้าได้ทรงเตือนเขาไว้ก่อนหน้านี้ นอกจากนั้น วิญญาณของลูกหลานของมนุษย์คนแรกก็ตายเช่นกันและเขาได้กลายเป็นมนุษย์ฝ่ายเนื้อหนังซึ่งไม่สามารถรักษาหน้าที่ทั้งสิ้นของตนได้อีกต่อไป อาดัมถูกขับออกจากสวนเอเดนเพื่อไปอาศัยอยู่ในแผ่นดินที่ถูกสาป บัดนี้อาดัมและมนุษย์ทุกคนที่สืบเชื้อสายมาจากเขาต้องมีชีวิตอยู่ในท่ามกลางความโศกเศร้า ความทุกข์และโรคภัยไข้เจ็บและเขาต้องทำมาหากินด้วยอาบเหงือต่างน้ำ นอกจากนี้ มนุษย์ไม่สามารถดำเนินชีวิตที่คู่ควรต่อพระประสงค์แห่งการทรงสร้างของพระเจ้าได้อีกต่อไป แต่มนุษย์เริ่มเสื่อมทรามลงเมื่อเขาเดินตามสิ่งที่ไร้สาระตามความคิดของตน

เพื่อให้คนที่ตายฝ่ายวิญญาณและเป็นเพียงมนุษย์ที่ประกอบด้วยจิตใจและร่างกายสามารถมีชีวิตที่คู่ควรต่อพระประสงค์แห่งการทรงสร้างของพระเจ้า มนุษย์จำเป็นต้องรื้อฟื้นวิญญาณที่สูญเสียไปของตนกลับคืนมาใหม่ เขาจะกลายเป็นมนุษย์ฝ่ายวิญญาณ สื่อสารกับพระเจ้า และดำเนินชีวิตเหมือนมนุษย์ที่แท้จริงได้ก็ต่อเมื่อวิญญาณที่ตายไปแล้วภายในเขาได้รับการรื้อฟื้นขึ้นมาใหม่เท่านั้น เพราะเหตุนี้ พระเจ้าจึงทรงสั่งให้เราหาวิญญาณที่สูญเสียไปของเรา

พระเจ้าได้ทรงเปิดหนทางให้กับผู้คนได้รื้อฟื้นวิญญาณที่ตายไปแล้วของตนขึ้นมาใหม่และหนทางนั้นคือพระเยซูคริสต์ เมื่อเราเชื่อในพระเยซูคริสต์เราจะได้รับพระวิญญาณบริสุทธิ์ตามที่พระเจ้าทรงสัญญาไว้และพระวิญญาณบริสุทธิ์จะเสด็จเข้ามาสถิตอยู่ในเราและจะทำให้วิญญาณที่ตายไปแล้วของเราเป็นขึ้นมาใหม่ เมื่อเราแสวงหาพระพักตร์ของพระเจ้าและรับเอาพระเยซูคริสต์หลังจากที่เราได้ยินเ

เสียงเคาะของพระองค์ที่ประตูใจของเรา พระวิญญาณบริสุทธิ์จะเสด็จมาและให้กำเนิดกับวิญญาณจิตของเรา (ยอห์น 3:6) เมื่อเราดำเนินชีวิตด้วยการเชื่อฟังพระวิญญาณบริสุทธิ์ กำจัดการงานของเนื้อหนังทิ้งไป ฟังและรับเอาพระคำพร้อมกับทำให้พระคำเป็นอาหารฝ่ายวิญญาณของเรา และอธิษฐานด้วยพระคำของพระเจ้า เราก็สามารถดำเนินชีวิตตามพระคำของพระเจ้าได้ด้วยความช่วยเหลือของพระองค์ นี่คือขั้นตอนที่จะทำให้วิญญาณที่ตายไปแล้วของเรามีชีวิตขึ้นมาใหม่และเป็นวิธีการที่ทำให้เราเป็นมนุษย์ฝ่ายวิญญาณและรื้อฟื้นพระฉายาของพระเจ้าที่เสียไปกลับคืนมาใหม่

เมื่อเราต้องการกินไข่แดงที่มีคุณค่าทางโภชนาการสูง อันดับแรกเราต้องกะเทาะเปลือกไข่ให้แตกและเอาไข่ขาวทิ้งไป ในทำนองเดียวกัน การที่คนหนึ่งจะกลายเป็นมนุษย์ฝ่ายวิญญาณได้นั้นเขาต้องกำจัดการงานของเนื้อหนังของตนทิ้งไปและเขาต้องให้กำเนิดกับวิญญาณจิตของตนด้วยพระวิญญาณบริสุทธิ์ นี่คือการ "หา" สิ่งที่พระเจ้าได้ตรัสถึงในพระคัมภีร์ข้อนี้

สมมุติว่าระบบไฟฟ้าทั้งหมดในโลกปิดตัวลง ไม่มีผู้เชี่ยวชาญคนใดจะสามารถรื้อฟื้นระบบนี้ขึ้นมาโดยลำพังได้ ผู้เชี่ยวชาญต้องใช้เวลามากในการส่งช่างไฟฟ้าออกไปและการผลิตอะไหล่ที่จำเป็นเพื่อจะรื้อฟื้นระบบไฟฟ้าในทุกส่วนของโลกขึ้นมาใหม่

เช่นเดียวกัน เพื่อจะรื้อฟื้นวิญญาณที่ตายไปแล้วขึ้นมาใหม่และเพื่อจะเป็นมนุษย์ฝ่ายวิญญาณอย่างสมบูรณ์ บุคคลต้องได้ยินและรู้จักพระคำของพระเจ้า ถึงกระนั้น การได้ยินพระคำของพระเจ้าเพียงอย่างเดียวก็ยังไม่เพียงพอที่จะทำให้เขาเป็นมนุษย์ฝ่ายวิญญาณ เขา

ต้องรับเอาพระคำและทำให้พระคำเป็นอาหารฝ่ายวิญญาณและอธิษฐานด้วยพระคำของพระเจ้าอย่างขยันหมั่นเพียรเพื่อเขาจะสามารถดำเนินชีวิตตามพระคำของพระเจ้าได้

4. จงเคาะแล้วจะเปิดให้แก่ท่าน

"ประตู" ที่พระเจ้าตรัสถึงในที่นี่คือประตูแห่งพระสัญญาที่จะเปิดออกเมื่อเราเคาะ พระเจ้าทรงบอกให้เราเคาะประตูชนิดใด พระเจ้าทรงบอกให้เราเคาะประตูที่เปิดไปสู่พระทัยของพระองค์

ก่อนที่เราจะเคาะประตูที่เปิดไปสู่พระทัยของพระเจ้านั้นพระองค์ได้ทรงเคาะที่ประตูใจของเราก่อนแล้ว (วิวรณ์ 3:20) ผลลัพธ์ก็คือเราได้เปิดประตูใจของเราและต้อนรับเอาพระเยซูคริสต์ บัดนี้ เป็นหน้าที่ของเราที่จะเคาะประตูที่เปิดไปสู่พระทัยของพระเจ้า เพราะพระทัยของพระเจ้าของเรากว้างกว่าฟ้าสวรรค์และลึกกว่ามหาสมุทร เมื่อเราเคาะที่ประตูที่เปิดไปสู่พระทัยที่กว้างใหญ่ไพศาลของพระองค์เราก็จะได้รับสิ่งสารพัด

เมื่อเราอธิษฐานและเคาะประตูที่เปิดไปสู่พระทัยของพระเจ้า พระองค์จะทรงเปิดประตูสวรรค์และเททรัพย์สมบัติอย่างเหลือล้นมาเหนือเรา เมื่อพระเจ้า (ผู้ที่เปิดแล้วไม่มีใครปิดได้และผู้ที่ปิดแล้วไม่มีใครเปิดได้) ทรงเปิดประตูสวรรค์และทรงสัญญาที่จะอวยพรเราแล้ว ไม่มีใครสามารถขัดขวางพระองค์และการไหลบ่าของพระพรนั้นได้ (วิวรณ์ 3:7)

เราจะได้รับคำตอบเมื่อเราเคาะประตูที่เปิดไปสู่พระทัยของพระองค์ ถึงกระนั้น การที่แต่ละคนจะได้รับพระพรใหญ่หรือพระพรเล็ก

นั้นขึ้นอยู่กับว่าเขาเคาะที่ประตูนั้นมากน้อยเพียงใด ถ้าเขาอยากได้รับพระพรขนาดใหญ่ประตูสวรรค์ต้องเปิดกว้าง ดังนั้น เขาจำเป็นต้องเคาะประตูที่เปิดไปสู่พระทัยของพระเจ้าอย่างขยันหมั่นเพียรและเป็นที่พอพระทัยพระเจ้ามากยิ่งขึ้น

เพราะพระเจ้าทรงพอพระทัยและทรงปีติยินดีเมื่อเราละทิ้งความชั่วและดำเนินชีวิตตามพระบัญญัติของพระองค์ด้วยความจริง ถ้าเราดำเนินชีวิตตามพระคำของพระเจ้าเราก็จะได้รับทุกสิ่งที่เราทูลขอ กล่าวคือ "การเคาะประตูที่เปิดไปสู่พระทัยของพระเจ้า" หมายถึงการดำเนินชีวิตตามพระบัญญัติของพระองค์นั่นเอง

เมื่อเราเคาะประตูที่เปิดไปสู่พระทัยของพระเจ้าอย่างร้อนรนพระองค์จะไม่มีวันตำหนิเราว่า "ทำไมเจ้าจึงเคาะเสียงดังนักเล่า" ตรงกันข้าม พระเจ้าจะทรงปีติยินดีและทรงปรารถนาที่จะมอบสิ่งที่เราทูลขอให้กับเรามากยิ่งขึ้น ด้วยเหตุนี้ ผมหวังว่าท่านจะเคาะประตูที่เปิดไปสู่พระทัยของพระเจ้าด้วยการกระทำได้รับทุกสิ่งที่ท่านทูลขอ และถวายเกียรติยศอันยิ่งใหญ่แด่พระเจ้า

ท่านเคยจับนกได้ด้วยลูกหินก้อนเดียวหรือไม่ ผมจำได้ว่าครั้งหนึ่งผมเคยได้ยินเพื่อนคนหนึ่งของคุณพ่อที่ชมว่าผมมีทักษะในการทำหนังสติ๊ก หนังสติ๊กเป็นอุปกรณ์ยิงนกที่ทำจากไม้และยางสองเส้นที่มัดติดกับไม้รูปทรงตัว Y ซึ่งใช้เป็นที่ยิงก้อนหินออกไป

ถ้าให้เปรียบมัทธิว 7:7-11 กับหนังสติ๊กผมจะเปรียบว่า "การขอ" หมายถึงการหาหนังสติ๊กและลูกหินมาเพื่อยิงนก จากนั้นท่านต้องฝึกฝนตนเองให้มีความสามารถในการยิงนกอย่างแม่นยำ หนังสติ๊กและลูกหินจะมีประโยชน์อะไรถ้าท่านไม่รู้จักวิธียิงหนังสติ๊ก ท่านอาจต้องกำหนดเป้าเอาไว้ สร้างความคุ้นเคยกับลักษณะขอ

งหนังสติ๊ก ฝึกยิงเป้า พร้อมกับกำหนดและเข้าใจวิธีการที่ดีที่สุดในการจับนก ขั้นตอนนี้อาจเทียบได้กับ "การหา" ด้วยการอ่านพระคำ การรับเอาพระคำ และการทำให้พระคำของพระเจ้าเป็นอาหารฝ่ายวิญญาณของท่าน บัดนี้ท่านกำลังเตรียมตนเองให้มีคุณสมบัติพร้อมในฐานะบุตรของพระเจ้าที่จะรับเอาคำตอบจากพระองค์

ถ้าท่านเตรียมตนเองให้พร้อมด้วยความสามารถที่จะใช้หนังสติ๊กและมีความแม่นยำ บัดนี้ท่านต้องยิงหนังสติ๊ก ขั้นตอนนี้เปรียบได้กับ "การเคาะ" แม้จะมีหนังสติ๊กและลูกหินพร้อมและแม้ท่านจะเตรียมตัวพร้อมด้วยทักษะที่จะยิงหนังสติ๊กด้วยลูกหินเหล่านั้น แต่ถ้าท่านไม่ยิงท่านก็จับนกไม่ได้ กล่าวคือ เราจะได้รับสิ่งที่เราทูลขอจากพระเจ้าก็ต่อเมื่อเราดำเนินชีวิตด้วยพระคำของพระเจ้าซึ่งเป็นอาหารฝ่ายวิญญาณสำหรับเราเท่านั้น

การขอ การหา และการเคาะเป็นขั้นตอนที่แยกกันไม่ออก สิ่งเหล่านี้ทำงานร่วมกันเป็นหนึ่งเดียว บัดนี้ท่านรู้แล้วว่าท่านจะขอสิ่งใด หาอะไร และเคาะที่ไหน ขอให้ท่านถวายเกียรติอย่างยิ่งใหญ่แด่พระเจ้าในฐานะบุตรที่รับพรจากพระองค์ ขอให้ท่านได้รับคำตอบตามที่ใจของท่านปรารถนาด้วยการขอ การหา และการเคาะอย่างร้อนรนและขยันหมั่นเพียร ผมอธิษฐานในพระนามขององค์พระผู้เป็นเจ้าของเรา

บทที่ 2

จงเชื่อว่าท่านได้รับแล้ว

เราบอกความจริงแก่ท่านว่า ผู้ใดก็ตามจะสั่งภูเขานี้ว่า
'จงลอยไปลงทะเล' และมิได้สงสัยในใจ
แต่เชื่อว่าจะเป็นไปตามที่สั่งนั้นก็จะเป็นไปตามคำสั่งนั้นจริง
เหตุฉะนั้นเราบอกท่านทั้งหลายว่า
ขณะเมื่อท่านจะอธิษฐานขอสิ่งใดจงเชื่อว่าได้รับ
และท่านจะได้รับสิ่งนั้น

(มาระโก 11:23-24)

1. พลังอำนาจอันยิ่งใหญ่ของความเชื่อ

วันหนึ่ง เหล่าสาวกที่เดินทางไปกับพระองค์ได้ยินพระอาจารย์ตรัสกับต้นมะเดื่อที่ไม่มีผลว่า "ตั้งแต่นี้ไปจะไม่มีใครได้กินผลจากเจ้าเลย" เมื่อสาวกเห็นต้นมะเดื่อนั้นเหี่ยวแห้งไปจนถึงราก เขาจึงประหลาดใจและทูลถามพระเยซู พระองค์ตรัสตอบเขาว่า "เราบอกความจริงแก่ท่านทั้งหลายว่า ถ้าท่านมีความเชื่อและมิได้สงสัย ท่านจะกระทำได้เช่นที่เราได้กระทำแก่ต้นมะเดื่อนี้ ยิ่งกว่านั้นถึงแม้ท่านจะสั่งภูเขานี้ว่า 'จงถอยไปลงทะเล' ก็จะสำเร็จได้" (มัทธิว 21:21)

พระเยซูทรงสัญญากับเราเช่นกันว่า "เราบอกความจริงแก่ท่านทั้งหลายว่า ผู้ที่เชื่อในเราจะกระทำกิจการซึ่งเราได้กระทำนั้นด้วย และเขาจะกระทำกิจการที่ยิ่งใหญ่กว่านั้นอีก เพราะว่าเราจะไปถึงพระบิดาของเรา สิ่งใดที่ท่านทั้งหลายจะขอในนามของเรา เราจะกระทำสิ่งนั้น เพื่อว่าพระบิดาจะทรงได้รับเกียรติทางพระบุตร ถ้าท่านจะขอสิ่งใดในนามของเรา เราจะกระทำสิ่งนั้น" (ยอห์น 14:12-14) และ "ถ้าท่านทั้งหลายเข้าสนิทอยู่ในเราและถ้อยคำของเราฝังอยู่ในท่านแล้ว ท่านจะขอสิ่งใดซึ่งท่านปรารถนา ท่านก็จะได้สิ่งนั้น พระบิดาของเราทรงได้รับเกียรติเพราะเหตุนี้ คือเมื่อท่านทั้งหลายเกิดผลมากท่านจึงเป็นสาวกของเรา" (ยอห์น 15:7-8)

โดยสรุป เพราะพระเจ้าพระผู้สร้างทรงเป็นพระบิดาของผู้คนที่ได้ต้อนรับเอาพระเยซูคริสต์ ดังนั้นความปรารถนาแห่งจิตใจของคนเหล่านี้จึงได้รับการตอบสนองเมื่อเขาเชื่อและเชื่อฟังพระคำของพร

ะเจ้า พระเยซูตรัสกับเราในมัทธิว 17:20 ว่า "เพราะเหตุพวกท่านไม่มีความเชื่อ ด้วยเราบอกความจริงแก่ท่านทั้งหลายว่า ถ้าท่านมีความเชื่อเท่าเมล็ดมัสตาร์ดเมล็ดหนึ่ง ท่านจะสั่งภูเขานี้ว่า 'จงเลื่อนจากที่นี่ไปที่โน่น' มันก็จะเลื่อน และไม่มีสิ่งใดที่เป็นไปไม่ได้สำหรับท่านเลย" ถ้าเช่นนั้นทำไมหลายคนจึงไม่ได้รับคำตอบจากพระเจ้าและไม่ได้ถวายเกียรติแด่พระองค์แม้เขาอธิษฐานเป็นเวลาอันยาวนาน ขอให้เราพิจารณาดูว่าเราจะถวายเกียรติแด่พระเจ้าได้อย่างไรเมื่อเราได้รับทุกสิ่งที่เราอธิษฐานทูลขอ

2. จงเชื่อในพระเจ้าผู้ยิ่งใหญ่

เพื่อให้มนุษย์สามารถดำรงชีพอยู่ได้ตั้งแต่วินาทีแรกที่เขาเกิดมา มนุษย์ต้องมีปัจจัยที่จำเป็นหลายอย่าง เช่น อาหาร เสื้อผ้า และที่อยู่อาศัย เป็นต้น แต่ปัจจัยที่สำคัญที่สุดของการที่จะดำรงชีพอยู่ได้คือการหายใจเพราะการหายใจทำให้มีชีวิตอยู่ต่อไปได้และทำให้การมีชีวิตเป็นสิ่งมีคุณค่า แม้บุตรของพระเจ้าที่ได้ต้อนรับเอาพระเยซูคริสต์และบังเกิดใหม่ต้องการหลายสิ่งหลายอย่างในชีวิต แต่สิ่งที่สำคัญที่สุดในชีวิตของเขาคือการอธิษฐาน

การอธิษฐานเป็นช่องทางของการสนทนากับพระเจ้าผู้ทรงเป็นพระวิญญาณและเป็นการหายใจฝ่ายวิญญาณด้วยเช่นกัน ยิ่งกว่านั้นเพราะการอธิษฐานเป็นการวิธีการทูลขอกับพระเจ้าและการรับเอาคำตอบจากพระองค์ ส่วนสำคัญที่สุดในการอธิษฐานก็คือจิตใจที่เชื่อในพระเจ้าผู้ยิ่งใหญ่ บุคคลจะรู้สึกแน่ใจในคำตอบจากพระเจ้าและจะได้รับคำตอบตามความเชื่อของตน ทั้งนี้จะขึ้นอยู่กับระดับของควา

มเชือของแต่ละคนเมือเขาอธิษฐาน

พระเจ้าทีเราเชืององค์นีคือใคร

ในการอธิบายถึงพระองค์เองในวิวรณ์ 1:8 พระเจ้าตรัสว่า "เราเป็นอัลฟาและโอเมกา เป็นปฐมและเป็นอวสาน ผู้ทรงเป็นอยู่เดียวนี ผู้ได้ทรงเป็นอยู่ในกาลก่อน ผู้จะเสด็จมานันและผู้ทรงฤทธานุภาพสูงสุด" พระเจ้าทีปรากฏในพระคัมภีร์เดิมคือพระเจ้าพระผู้สร้างสิงสารพัดในจักรวาล (ปฐมกาล 1:1-31) และผู้ทรงแยกทะเลแดงและทรงทำให้คนอิสราเอลทีออกมาจากอียิปต์เดินข้ามไป (อพยพ 14:21-29) เมือคนอิสราเอลเชือพระบัญชาของพระเจ้าและเดินรอบเมืองเยริโคเป็นเวลาเจ็ดวันและโห่ร้องเสียงดัง กำแพงเมืองเยริโคทีแข็งแกร่งก็พังทลายลง (โยชูวา 6:1-21) เมือโยชูวาอธิษฐานต่อพระเจ้าในช่วงทีกำลังสู้รบกับคนอาโมไรต์ พระเจ้าทรงทำให้ดวงอาทิตย์และดวงจันทร์หยุดนิง (โยชูวา 10:12-14)

ในพระคัมภีร์ใหม่ พระเยซูพระบุตรของพระเจ้าผู้ยิงใหญ่ทรงทำให้คนตายเป็นขึนมาจากอุโมงค์ฝังศพ (ยอห์น 11:17-44) ทรงรักษาโรคและความปวยไข้ทุกชนิดให้หาย (มัทธิว 4:23-24) ทรงทำให้คนตาบอดมองเห็น (ยอห์น 9:6-11) และทรงทำให้คนง่อยยืนขึนและเดินได้อีก (กิจการ 3:1-10) พระองค์ทรงขับไล่อำนาจของซาตานและวิญญาณชัวออกไปด้วยคำตรัสของพระองค์เช่นกัน (มาระโก 5:1-20) และทรงเลียงคนห้าพันคนให้อิมหนำด้วยขนมปังห้าก้อนกับปลาสองตัว (มาระโก 6:34-44) ยิงกว่านัน พระองค์ทรงสำแดงให้เราเห็นด้วยตนเองว่าพระองค์ทรงปกครองเหนือสิงสารพัดในจักรวาลด้วยการทำให้ลมพายุและคลืนสงบนิง (มาระโก

4:35-39)

ด้วยเหตุนี้ เราต้องเชื่อในพระเจ้าผู้ยิ่งใหญ่ผู้ทรงประทานสิ่งที่ดีให้กับเราด้วยความรักอันบริบูรณ์ของพระองค์ พระเยซูตรัสกับเราในมัทธิว 7:9-11 ว่า "ในพวกท่านมีใครบ้างที่จะเอาก้อนหินให้บุตรเมื่อเขาขอขนมปังหรือให้งูเมื่อบุตรขอปลา เหตุฉะนั้น ถ้าท่านทั้งหลายเองผู้เป็นคนชั่วยังรู้จักให้ของดีแก่บุตรของตน ยิ่งกว่านั้นสักเท่าใดพระบิดาของท่านผู้ทรงสถิตในสวรรค์จะประทานของดีแก่ผู้ที่ขอจากพระองค์" พระเจ้าแห่งความรักทรงต้องการที่จะมอบสิ่งที่ดีที่สุดให้กับบุตรของพระองค์

พระเจ้าทรงประทานพระบุตรองค์เดียวของพระองค์ให้กับด้วยความรักอันเปี่ยมล้นของพระองค์ แล้วจะมีอะไรอีกเล่าที่พระเจ้าจะไม่ประทานให้กับเรา อิสยาห์ 53:5-6 บอกเราว่า "แต่ท่านถูกบาดเจ็บเพราะความละเมิดของเราทั้งหลาย ท่านฟกช้ำเพราะความชั่วช้าของเรา การตีสอนอันทำให้เราทั้งหลายปลอดภัยนั้นตกแก่ท่าน ที่ต้องฟกช้ำนั้นก็ให้เราหายดี เราทุกคนได้เจิ่นไปเหมือนแกะ เราทุกคนต่างได้หันไปตามทางของตนเอง และพระเยโฮวาห์ทรงวางลงบนท่านซึ่งความชั่วช้าของเราทุกคน" เราได้รับชีวิตมาจากการสิ้นพระชนม์และเรามีสันติสุขและได้รับการรักษาโดยผ่านทางพระเยซูคริสต์ที่พระเจ้าทรงจัดเตรียมไว้เพื่อเรา

ถ้าบุตรของพระเจ้ารับใช้พระเจ้าผู้ยิ่งใหญ่และทรงพระชนม์อยู่ในฐานะพระบิดาของตนและเชื่อว่าพระเจ้าทรงกระทำให้คนที่รักพระองค์เกิดผลอันดีในทุกสิ่งและตอบคำอธิษฐานของผู้ที่ร้องทูลต่อพระองค์ เขาต้องไม่วิตกกังวลในเวลาที่มีการทดลองและความทุกข์ลำ

บาก แต่เขาควรขอบพระคุณ ชื่นชมยินดี และอธิษฐานอยู่เสมอ

นี่คือการ "เชื่อในพระเจ้า" และพระองค์ทรงพอพระทัยที่จะเห็นการสำแดงออกถึงความเชื่อเช่นนั้น พระเจ้าทรงตอบคำอธิษฐานตามความเชื่อของเราและด้วยการสำแดงหลักฐานของการดำรงอยู่ของพระองค์ พระเจ้าทรงอนุญาตให้เราถวายเกียรติยศแด่พระองค์เช่นกัน

3. ขอด้วยความเชื่อและไม่สงสัย

พระเจ้าผู้ทรงสร้างฟ้าสวรรค์ แผ่นดินโลก และมนุษย์ทั้งปวงทรงอนุญาตให้มนุษย์บันทึกพระคัมภีร์เอาไว้เพื่อน้ำพระทัยและการจัดเตรียมของพระองค์จะเป็นที่รู้จักของทุกคน พระเจ้าทรงสำแดงพระองค์เองต่อผู้คนที่เชื่อและเชื่อฟังพระคำของพระองค์ตลอดเวลาและทรงพิสูจน์ให้เราเห็นว่าพระองค์ทรงพระชนม์อยู่และทรงยิ่งใหญ่ผ่านการสำแดงหมายสำคัญและการอัศจรรย์มากมาย

เราสามารถเชื่อในพระเจ้าผู้ทรงพระชนม์อยู่เพียงแค่เรามองดูการทรงสร้างที่อยู่รอบตัวเรา (โรม 1:20) และถวายเกียรติแด่พระเจ้าด้วยคำตอบต่อคำอธิษฐานที่เราได้โดยความเชื่อในพระองค์

ความเชื่อมีอยู่สองชนิด ได้แก่ "ความเชื่อฝ่ายเนื้อหนัง" ซึ่งเป็นการเชื่อเพราะความรู้หรือความคิดของเราสอดคล้องกับพระคำของพระเจ้า และ "ความเชื่อฝ่ายวิญญาณ" ซึ่งเป็นความเชื่อที่ทำให้เราได้รับคำตอบจากพระเจ้า แม้สิ่งที่พระคำของพระเจ้าบอกเราจะเป็นสิ่งที่เหลือเชื่อเมื่อเราวัดด้วยความรู้และความคิดของมนุษย์ แต่เมื่อเราขอพระองค์ด้วยความเชื่อ พระเจ้าจะทรงประทานความเชื่อและความ

รู้สึกแน่ใจให้กับเรา องค์ประกอบเหล่านี้จะตกผลึกเป็นคำตอบและนี่คือความเชื่อฝ่ายวิญญาณ

ด้วยเหตุนี้ ยากอบ 1:6-8 จึงบอกเราว่า "แต่จงให้ผู้นั้นทูลขอด้วยความเชื่อ อย่าหวั่นไหวเลย เพราะว่าผู้ที่หวั่นไหวก็เป็นเหมือนคลื่นในทะเลซึ่งถูกลมพัดซัดไปมา ผู้นั้นจงอย่าคิดว่าจะได้รับสิ่งใดจากองค์พระผู้เป็นเจ้าเลย คนสองใจเป็นคนไม่มั่นคงในบรรดาทางทั้งหลายที่ตนประพฤตินั้น"

ความสงสัยเกิดมาจากความรู้ ความคิด ข้อโต้แย้ง และมารยาของมนุษย์และผีมารซาตานเป็นผู้นำมาใส่ให้กับเรา คนที่มีจิตใจสงสัยคือคนสองใจและคนที่มีเล่ห์เหลี่ยม พระเจ้าทรงรังเกียจคนเช่นนี้ที่สุด ท่านจะรู้สึกเศร้าใจมากเพียงใดถ้าลูกของท่านไม่เชื่อและสงสัยว่าท่านเป็นพ่อแม่ที่แท้จริงของเขาหรือไม่ ในทำนองเดียวกัน พระเจ้าจะตอบคำอธิษฐานบุตรของพระองค์ได้อย่างไรถ้าเขาไม่เชื่อว่าพระองค์เป็นพระบิดาของเขาแม้พระองค์ทรงให้กำเนิดเขาและทรงเลี้ยงดูเขา

พระคัมภีร์จึงเตือนสติเราว่า "เหตุว่าใจซึ่งปักอยู่กับเนื้อหนังนั้นก็เป็นศัตรูต่อพระเจ้า เพราะหาได้อยู่ใต้บังคับพระราชบัญญัติของพระเจ้าไม่ และที่จริงจะอยู่ใต้บังคับพระราชบัญญัตินั้นไม่ได้ เพราะฉะนั้นคนทั้งหลายที่อยู่ฝ่ายเนื้อหนังจะเป็นที่ชอบพระทัยพระเจ้าก็หามิได้" (โรม 8:7-8) และเรียกร้องให้เรา "ทำลายความคิดและทิฐิมานะทุกประการที่ตั้งตัวขึ้นขัดขวางความรู้ของพระเจ้าและน้อมนำความคิดทุกประการให้เข้าอยู่ใต้บังคับจนถึงเชื่อฟังพระคริสต์" (2 โครินธ์ 10:5)

เมื่อความเชื่อของเราถูกเปลี่ยนเป็นความเชื่อฝ่ายวิญญาณและเร

าไม่มีความสงสัยแม้แต่นิดเดียว พระเจ้าจะทรงพอพระทัยและจะประทานทุกสิ่งที่เราทูลขอให้กับเรา เมื่อโมเสสและโยชูวาไม่สงสัย แต่แสดงออกด้วยความเชื่อเพียงอย่างเดียว คนเหล่านั้นจึงสามารถเดินข้ามทะเลแดง ข้ามแม่น้ำจอร์แดน และทำลายกำแพงเมืองเยรีโค ในทำนองเดียวกัน เมื่อท่านสั่งภูเขาว่า "จงเลื่อนลงไปในทะเล" และไม่มีความสงสัยในจิตใจของท่านแต่เชื่อว่าสิ่งที่ท่านพูดจะเกิดขึ้น สิ่งนั้นก็จะเกิดขึ้น

สมมุติว่าท่านสั่งยอดเขาเอเวอร์เรสต์ว่า "จงเลื่อนลงไปในมหาสมุทรอินเดีย" คำอธิษฐานของท่านจะได้รับคำตอบหรือไม่ เป็นที่ชัดเจนว่าความโกลาหลทั่วโลกจะอุบัติขึ้นถ้ายอดเขาเอเวอร์เรสต์เคลื่อนตัวลงไปในมหาสมุทรอินเดีย เพราะสิ่งนี้ไม่ใช่น้ำพระทัยของพระเจ้าคำอธิษฐานเช่นนี้จึงไม่ได้รับคำตอบไม่ว่าท่านจะอธิษฐานมากเพียงใดก็ตามเพราะพระองค์จะไม่ประทานความเชื่อฝ่ายวิญญาณให้กับท่านซึ่งจะทำให้ท่านเชื่อในพระองค์

ถ้าท่านกำลังอธิษฐานขอให้ท่านบรรลุบางสิ่งบางอย่างที่ขัดแย้งกับน้ำพระทัยของพระเจ้า ความเชื่อที่จะทำให้ท่านเชื่อในจิตใจของท่านจะไม่เกิดขึ้นกับท่าน ครั้งแรกท่านอาจเชื่อว่าคำอธิษฐานของท่านจะได้รับคำตอบ แต่เมื่อเวลาผ่านไปความสงสัยจะเริ่มมีมากขึ้น เราจะได้รับคำตอบจากพระเจ้าก็ต่อเมื่อเราอธิษฐานตามน้ำพระทัยของพระเจ้าโดยไม่สงสัยแม้แต่นิดเดียวเท่านั้น ด้วยเหตุนี้ ถ้าคำอธิษฐานของท่านยังไม่ได้รับคำตอบท่านต้องรู้ว่าที่เป็นเช่นนั้นก็เพราะท่านทูลขอบางสิ่งบางอย่างที่ขัดแย้งกับน้ำพระทัยของพระเจ้าหรืออาจเป็นเพราะว่าท่านสงสัยในพระคำของพระเจ้า

1 ยอห์น 3:21-22 เตือนเราว่า "ท่านที่รักทั้งหลาย

ถ้าใจของเราไม่ได้กล่าวโทษเรา เราก็มีความมั่นใจจำเพาะพระเจ้า และเราขอสิ่งใดก็ตามเราก็จะได้สิ่งนั้นจากพระองค์ เพราะเรารักษาพระบัญญัติของพระองค์และปฏิบัติสิ่งเหล่านั้นซึ่งเป็นที่พอพระทัยในสายพระเนตรของพระองค์"

คนที่เชื่อฟังพระบัญชาของพระเจ้าและทำในสิ่งที่พระองค์ทรงพอพระทัยจะไม่ทูลขอในสิ่งที่ตรงกันข้ามกับน้ำพระทัยของพระเจ้า เราจะได้รับทุกสิ่งที่เราทูลขอตราบใดที่คำอธิษฐานของเราสอดคล้องกับน้ำพระทัยของพระเจ้า พระเจ้าตรัสกับเราว่า "ขณะเมื่อท่านจะอธิษฐานขอสิ่งใดจงเชื่อว่าได้รับและท่านจะได้รับสิ่งนั้น"

ด้วยเหตุนี้ เพื่อให้ได้รับคำตอบจากพระเจ้า อันดับแรกท่านต้องรับเอาความเชื่อฝ่ายวิญญาณจากพระองค์ก่อนซึ่งพระเจ้าทรงประทานให้กับท่านเมื่อท่านประพฤติและดำเนินชีวิตตามพระคำของพระองค์ เมื่อท่านทำลายความคิดและทิฐิมานะทุกประการที่ตั้งตัวขึ้นขัดขวางความรู้ของพระเจ้า ความสงสัยก็จะหมดไปและท่านจะมีความเชื่อฝ่ายวิญญาณซึ่งจะทำให้ท่านได้รับทุกสิ่งที่ท่านทูลขอ

4. เมื่อท่านจะอธิษฐานขอสิ่งใดจงเชื่อว่าได้รับและท่านจะได้รับสิ่งนั้น

กันดารวิถี 23:19 เตือนเราว่า "พระเจ้ามิใช่มนุษย์จึงมิได้มุสา และมิได้เป็นบุตรของมนุษย์จึงไม่ต้องกลับใจ ที่พระองค์ตรัสไปแล้วพระองค์ก็จะมิทรงกระทำตามหรือ ที่พระองค์ทรงลั่นวาจาแล้วจะไม่ทรงกระทำให้สำเร็จหรือ"

ถ้าท่านเชื่อในพระเจ้าอย่างแท้จริง ขอด้วยความเชื่อ

และไม่สงสัยเลยแม้แต่น้อย ท่านต้องเชื่อว่าท่านได้รับทุกสิ่งที่ท่านอธิษฐานทูลขอแล้ว พระเจ้าทรงยิ่งใหญ่และสัตย์ซื่อและพระองค์ทรงสัญญาที่จะตอบเรา

ถ้าเช่นนั้นเพราะเหตุใดหลายคนจึงพูดว่าเขาไม่ได้รับคำตอบจากพระเจ้าแม้เขาจะอธิษฐานด้วยความเชื่อแล้วก็ตาม สิ่งนี้เป็นเพราะว่าพระเจ้าไม่ตอบคำอธิษฐานของเขาใช่หรือไม่ ไม่ใช่ พระเจ้าทรงตอบคำอธิษฐานเขาอย่างแน่นอนแต่ต้องใช้เวลาเพราะว่าเขาไม่ได้เตรียมตนเองให้เป็นภาชนะที่มีค่าพร้อมสำหรับการรองรับเอาคำตอบจากพระองค์

เมื่อชาวนาหว่านเมล็ดพืชลงไปเขาเชื่อว่าจะได้เก็บเกี่ยวพืชผล แต่เขาจะไม่สามารถรวบรวมพืชผลนั้นได้ในทันที หลังจากเมล็ดถูกหว่านลงไปเมล็ดนั้นต้องตอกหน่อ ผลิดอกออกใบ และออกผล เมล็ดบางชนิดใช้เวลาในการออกผลมากกว่าชนิดอื่น เช่นเดียวกัน ขั้นตอนของการได้รับคำตอบจากพระเจ้าก็ต้องอาศัยการหว่านและการดูแลรักษาด้วยเช่นกัน

สมมุติว่านักศึกษาบางคนหนึ่งอธิษฐานว่า "ข้าแต่พระเจ้า ขอทรงอนุญาตให้ข้าพระองค์เข้าเรียนในมหาวิทยาลัยฮาร์วาร์ดด้วยเถิด" ถ้าเขาอธิษฐานด้วยความเชื่อในฤทธิ์อำนาจของพระเจ้า พระเจ้าจะทรงตอบคำอธิษฐานของเขาอย่างแน่นอน แต่คำตอบต่อคำอธิษฐานของเขาอาจจะไม่เกิดขึ้นทันที พระเจ้าจะทรงเตรียมนักศึกษาคนนั้นให้เติบโตเป็นภาชนะที่เหมาะสมสำหรับคำตอบของพระองค์และภายหลังพระองค์จะทรงตอบคำอธิษฐานของเขา พระเจ้าจะประทานจิตใจที่ขยันหมั่นเพียรและทุ่มเทกับการเรียนอย่างหนักให้กับเขาเพื่อเขาจะเป็นเลิศในการเรียน เมื่อนักศึกษาคนนั้นอธิษฐานอย่างต่อ

เนือง พระเจ้าจะทรงกำจัดความคิดฝ่ายโลกให้หมดไปจากเขาและจะประทานสติปัญญาและความเข้าใจแก่เขาเพื่อเขาจะศึกษาอย่างมีประสิทธิภาพยิ่งขึ้น พระเจ้าจะทำให้ทุกสิ่งในชีวิตของเขาให้ดำเนินไปด้วยดีตามการกระทำของเขาและจะทรงเตรียมเขาให้มีคุณสมบัติพร้อมสำหรับการเข้าเรียนในมหาวิทยาฮาร์วาร์ด เมื่อถึงเวลาพระเจ้าจะทรงอนุญาตให้เขาเข้าเรียนในมหาวิทยาลัยฮาร์ดวาร์ด

กฎเกณฑ์เดียวกันก็สามารถนำไปประยุกต์ใช้กับคนที่ป่วยเป็นโรค เมื่อเขาเรียนรู้จากพระคำของพระเจ้าว่าอะไรคือสาเหตุที่ทำให้เขาล้มป่วยและเขาจะได้รับการรักษาให้หายได้อย่างไร เมื่อเขาอธิษฐานด้วยความเชื่อเขาก็จะได้รับการรักษาให้หาย เขาต้องค้นหากำแพงบาปที่ขวางกั้นระหว่างเขากับพระเจ้าและขุดลึกลงไปที่ก้นบึ้งของแหล่งที่มาของโรค ถ้าสาเหตุของการเกิดโรคนั้นมาจากความเกลียดชัง เขาต้องกำจัดความเกลียดชังทิ้งไปและเปลี่ยนแปลงจิตใจของตนให้เป็นจิตใจแห่งความรัก ถ้าโรคนั้นมีสาเหตุมาจากการกินอาหารมากเกินไป เขาต้องรับเอาพลังอำนาจในการควบคุมตนเองจากพระเจ้าและปรับเปลี่ยนนิสัยที่เป็นอันตรายของตนเสีย ด้วยขั้นตอนเหล่านี้เท่านั้นที่พระเจ้าจะประทานความเชื่อซึ่งจะช่วยให้ผู้คนเชื่อและเตรียมตนเองให้เป็นภาชนะที่พร้อมที่จะรับเอาคำตอบจากพระองค์

การอธิษฐานขอให้ธุรกิจของตนพบกับความมั่งคั่งรุ่งเรืองก็ไม่แตกต่างไปจากกรณีต่าง ๆ ที่ได้กล่าวถึงข้างบน ถ้าท่านอธิษฐานเพื่อให้ธุรกิจของท่านได้รับพระพร อันดับแรกพระเจ้าจะทรงทดสอบท่านเพื่อทำให้ท่านเป็นภาชนะที่มีค่าพร้อมที่จะรับพระพรจากพระองค์ พระองค์จะประทานสติปัญญาและฤทธิ์อำนาจให้กับท่านเพื่อท่านจะมีความสามารถอย่างโดดเด่นในการทำธุรกิจเพื่อธุรกิจของท่านจะข

ยายกว้างมากขึ้นและเพื่อท่านจะได้รับการทรงนำไปสู่สถานการณ์ที่เป็นเลิศต่อการทำธุรกิจของท่าน พระองค์จะทรงนำท่านให้เป็นคนที่น่าเชื่อถือ ทำให้รายได้ของท่านค่อยเพิ่มพูนขึ้น และทำให้ธุรกิจของท่านเจริญรุ่งเรือง เมื่อเวลาที่พระเจ้าทรงเลือกมาถึงพระองค์จะทรงตอบสนองตามที่ท่านทูลขอ

ในขั้นตอนของการหว่านและการดูแลรักษาเหล่านี้ พระเจ้าจะทรงทำให้วิญญาณจิตของท่านจำเริญขึ้นและทดสอบท่านเพื่อทำให้ท่านเป็นภาชนะที่มีค่าพร้อมที่จะรับเอาทุกสิ่งที่ท่านทูลขอจากพระองค์ ด้วยเหตุนี้ ท่านต้องมีความอดทนนานและไม่พึ่งพิงความคิดของตนเอง ตรงกันข้าม ท่านควรปรับปรุงตนเองให้กับกรอบเวลาของพระเจ้าและรอคอยเวลาของพระองค์โดยเชื่อว่าท่านได้รับคำตอบจากพระเจ้าแล้ว

พระเจ้าผู้ยิ่งใหญ่ทรงตอบคำอธิษฐานบุตรของพระองค์ด้วยความยุติธรรมตามกฎเกณฑ์ของมิติฝ่ายวิญญาณและทรงพอพระทัยเมื่อเขาทูลขอจากพระองค์ด้วยความเชื่อ ฮีบรู 11:6 เตือนเราว่า "แต่ถ้าไม่มีความเชื่อแล้วจะเป็นที่พอพระทัยของพระองค์ก็ไม่ได้เลย เพราะว่าผู้ที่จะมาหาพระเจ้าได้นั้นต้องเชื่อว่าพระองค์ทรงดำรงพระชนม์อยู่ และพระองค์ทรงเป็นผู้ประทานบำเหน็จให้แก่ทุกคนที่ขยันหมั่นเพียรแสวงหาพระองค์"

ขอให้ท่านเป็นที่พอพระทัยพระเจ้าด้วยการมีความเชื่อที่จะทำให้ท่านเชื่อว่าท่านได้รับทุกสิ่งที่ท่านทูลขอในคำอธิษฐานแล้วและถวายเกียรติยศแด่พระเจ้าด้วยการได้รับทุกสิ่งที่ท่านทูลขอ ผมอธิษฐานในพระนามขององค์พระผู้เป็นเจ้า

บทที่ 3

การอธิษฐานที่พระเจ้าพอพระทัย

ฝ่ายพระองค์เสด็จออกไปยังภูเขามะกอกเทศตามเคย
และเหล่าสาวกของพระองค์ก็ตามพระองค์ไปด้วย
เมื่อมาถึงที่นั่นแล้วพระองค์ตรัสกับเขาทั้งหลายว่า
"จงอธิษฐานเพื่อมิให้เข้าในการทดลอง"
แล้วพระองค์ดำเนินไปจากเขาไกลประมาณขว้างหินตก
และทรงคุกเข่าลงอธิษฐานว่า
"พระบิดาเจ้าข้า ถ้าพระองค์พอพระทัยขอให้ถ้วยนี้เลื่อนพ้นไปจากข้าพระองค์เถิด
แต่อย่างไรก็ดีอย่าให้เป็นไปตามใจข้าพระองค์ แต่ให้เป็นไปตามพระทัยของพระองค์เถิด"
ทูตสวรรค์องค์หนึ่งจากสวรรค์มาปรากฏแก่พระองค์ช่วยชูกำลังพระองค์
เมื่อพระองค์ทรงเป็นทุกข์มากนักพระองค์ยิ่งปลงพระทัยอธิษฐาน
พระเสโทของพระองค์เป็นเหมือนโลหิตไหลหยดลงถึงดินเป็นเม็ดใหญ่

(ลูกา 22:39-44)

1. พระเยซูทรงวางแบบอย่างของการอธิษฐานอย่างถูกต้อง

ลูกา 22:39-44 บรรยายถึงภาพเหตุการณ์ที่พระเยซูทรงอธิษฐานอยู่ในสวนเกทเสมนีในคืนก่อนที่พระองค์จะถูกจับไปตรึงบนกางเขนเพื่อเปิดหนทางไปสู่ความรอดสำหรับมวลมนุษยชาติ พระคัมภีร์ข้อเหล่านี้บอกให้เราทราบถึงลักษณะของท่าทีและจิตใจที่เราต้องมีเมื่อเราอธิษฐาน

พระเยซูทรงอธิษฐานอย่างไรจึงทำให้พระองค์สามารถแบกกางเขนอันหนักหน่วงและเอาชนะผีมารซาตาน พระเยซูมีพระทัยชนิดใดเมื่อพระองค์ทรงอธิษฐานจึงทำให้พระเจ้าพอพระทัยกับคำอธิษฐานของพระองค์และทรงส่งทูตมาเสริมกำลังให้กับพระองค์

จากพระคัมภีร์ข้อต่าง ๆ เหล่านี้ขอให้เราเจาะลึกลงไปดูลักษณะของท่าทีที่ถูกต้องในการอธิษฐานและคำอธิษฐานชนิดใดที่พระเจ้าทรงพอพระทัย ผมขอวิงวอนให้ท่านแต่ละคนสำรวจดูชีวิตการอธิษฐานของท่านเช่นกัน

1) พระเยซูทรงอธิษฐานจนเป็นนิสัย

พระเจ้าทรงบอกให้เราอธิษฐานอย่างสม่ำเสมอ (1 เธสะโลนิกา 5:17) และทรงสัญญาว่าพระองค์จะตอบเราเมื่อเราทูลขอต่อพระองค์ (มัทธิว 7:7) แม้การอธิษฐานอยู่เสมอและการทูลขออยู่ตลอดเวลาจะเป็นสิ่งที่ถูกต้อง แต่ผู้คนส่วนใหญ่จะอธิษฐานเฉพาะในยามที่เขาต้องการบางสิ่งหรือมีปัญหาบางอย่างเท่านั้น

แต่พระเยซูเสด็จออกไปยังภูเขามะกอกเทศตามเคย (ลูกา 22:39) ผู้เผยพระวจนะดาเนียลคุกเข่าลงอย่างต่อเนื่องวันละสามครั้

งเพื่ออธิษฐานและถวายการขอบพระคุณต่อพระเจ้าของท่านเหมือนที่ท่านทำอยู่เป็นประจำ (ดาเนียล 6:10) และเปโตรและยอห์นสาวกของพระเยซูได้ตั้งเวลาเพื่อการอธิษฐานไว้ในแต่ละวัน (กิจการ 3:1)

เราต้องทำตามแบบอย่างของพระเยซูและสร้างนิสัยของการจัดเวลาไว้เพื่อการอธิษฐานอย่างเจาะจงเป็นประจำทุกวัน พระเจ้าทรงพอพระทัยกับการอธิษฐานในตอนเช้าตรู่ซึ่งผู้คนมอบทุกสิ่งในการเริ่มต้นวันใหม่แต่ละวันไว้กับพระเจ้าและการอธิษฐานในตอนกลางคืนซึ่งเขาขอบคุณพระเจ้าสำหรับการปกป้องของพระองค์ในแต่ละวัน ท่านสามารถรับเอาฤทธิ์อำนาจอันยิ่งใหญ่ของพระเจ้าผ่านการอธิษฐานเหล่านี้

2) พระเยซูทรงคุกเข่าอธิษฐาน

เมื่อท่านคุกเข่าจิตใจของท่านจะเที่ยงตรงและเป็นการแสดงออกถึงความเคารพยำเกรงที่ท่านมีต่อบุคคลที่ท่านพูดคุยด้วย การที่บุคคลคุกเข่าลงเมื่อเขาอธิษฐานต่อพระเจ้าถือเป็นเรื่องธรรมชาติ

พระเยซูพระบุตรของพระเจ้าทรงอธิษฐานด้วยท่าทีที่ถ่อมใจเมื่อพระองค์ทรงคุกเข่าลงอธิษฐานต่อพระเจ้าผู้ยิ่งใหญ่ กษัตริย์ซาโลมอน (1 พงศ์กษัตริย์ 8:54) อัครทูตเปาโล (กิจการ 20:36) และสเทเฟนผู้สละชีพเพื่อข่าวประเสริฐ (กิจการ 7:60) ล้วนคุกเข่าลงทั้งสิ้นเมื่อคนเหล่านี้อธิษฐาน

เมื่อเราขอความช่วยเหลือหรือขอสิ่งที่เราต้องการจากพ่อแม่หรือจากคนที่มีอำนาจเรามักจะรู้สึกประหม่าและระมัดระวังที่จะไม่ทำสิ่งที่ผิดพลาด ถ้าเช่นนั้นความคิดและร่างกายของเราควรมีลักษณะอย่

างไรถ้าเรารู้ว่าเรากำลังพูดคุยกับพระเจ้าพระผู้สร้าง การคุกเข่าเป็นการแสดงออกถึงจิตใจที่เคารพยำเกรงต่อพระเจ้าและความไว้วางใจในฤทธิ์อำนาจของพระองค์ เราต้องจัดระเบียบตนเองให้พร้อมและคุกเข่าลงอย่างถ่อมใจเมื่อเราอธิษฐาน

3) คำอธิษฐานของพระเยซูสอดคล้องกับน้ำพระทัยของพระเจ้า

พระเยซูทรงอธิษฐานต่อพระเจ้าว่า "แต่อย่างไรก็ดีอย่าให้เป็นไปตามใจข้าพระองค์ แต่ให้เป็นไปตามพระทัยของพระองค์เถิด" (ลูกา 22:42) พระเยซูพระบุตรของพระเจ้าเสด็จเข้ามาในโลกนี้เพื่อสิ้นพระชนม์บนไม้กางเขนแม้พระองค์ไม่มีความผิดและไร้ตำหนิ เพราะเหตุนี้พระองค์จึงทรงอธิษฐานว่า "พระบิดาเจ้าข้า ถ้าพระองค์พอพระทัย ขอให้ถ้วยนี้เลื่อนพ้นไปจากข้าพระองค์เถิด" แต่พระองค์ทรงทราบว่าน้ำพระทัยของพระเจ้าคือการช่วยมนุษย์ให้รอดผ่านบุคคลคนหนึ่งและพระองค์ทรงอธิษฐานมิใช่เพื่อประโยชน์ของพระองค์เองแต่เพื่อให้เป็นไปตามน้ำพระทัยของพระเจ้าเท่านั้น

1 โครินธ์ 10:31 บอกเราว่า "เหตุฉะนั้นเมื่อท่านจะรับประทานจะดื่ม หรือจะทำอะไรก็ตาม จงกระทำเพื่อเป็นการถวายพระเกียรติแด่พระเจ้า" ถ้าเราขอบางสิ่งบางอย่างที่ไม่ถวายเกียรติแด่พระเจ้าแต่ขอเพื่อตอบสนองตัณหาของตนเองเรากำลังทูลขออย่างไม่ถูกต้อง เราต้องอธิษฐานเพื่อให้เป็นไปตามน้ำพระทัยของพระเจ้าเท่านั้น ยิ่งกว่านั้น พระเจ้าทรงบอกให้เราจดจำสิ่งที่ปรากฏอยู่ในยากอบ 4:2-3 ไว้เช่นกันที่ว่า "ท่านทั้งหลายอยากได้ แต่ไม่ได้ ท่านก็ฆ่ากัน ท่านโลภแต่ไม่ได้ ท่านก็ทะเลาะและทำสงครามกัน

ที่ท่านไม่มีเพราะท่านไม่ได้ขอ ท่านขอและไม่ได้รับเพราะท่านขอผิด หวังได้ไปเพื่อสนองราคะตัณหาของท่าน" ดังนั้นเราต้องย้อนกลับไปสำรวจดูว่าเราอธิษฐานเพื่อประโยชน์ของตนเองหรือไม่

4) พระเยซูทรงปล้ำสู้ในการอธิษฐาน

ในลูกา 22:44 เราพบว่าพระเยซูทรงอธิษฐานด้วยพระทัยที่ทุ่มเทเพียงใด "เมื่อพระองค์ทรงเป็นทุกข์มากนักพระองค์ยิ่งปลงพระทัยอธิษฐาน พระเสโทของพระองค์เป็นเหมือนโลหิตไหลหยดลงถึงดินเป็นเม็ดใหญ่"

อากาศในสวนเกทเสมนีที่พระเยซูทรงอธิษฐานอยู่นั้นหนาวเย็นในเวลากลางคืน ดังนั้นจึงเป็นการยากที่จะมีเหงื่อไหล ลองคิดดูซิว่าพระเยซูทรงเคร่งเครียดในการอธิษฐานอย่างทุ่มเทหัวใจและร้อนรนสักเพียงใดจนเหงื่อของพระองค์ที่เป็นเหมือนเม็ดเลือดเม็ดใหญ่ไหลหยดลงถึงดิน ถ้าพระเยซูอธิษฐานอย่างเงียบ ๆ เหงื่อของพระองค์จะไหลออกมาในขณะที่อธิษฐานหรือไม่ เมื่อพระเยซูทรงร้องทูลต่อพระเจ้าอย่างทุ่มเทจิตใจและอย่างร้อนรน เหงื่อของพระองค์ "เป็นเหมือนโลหิตไหลหยดลงถึงดินเป็นเม็ดใหญ่"

ในปฐมกาล 3:17 พระเจ้าตรัสกับอาดัมว่า "เพราะเหตุเจ้าได้ฟังเสียงของภรรยาเจ้า และได้กินผลจากต้นไม้ ซึ่งเราได้สั่งเจ้าว่าเจ้าอย่ากินผลจากต้นนั้น แผ่นดินจึงต้องถูกสาปแช่งเพราะตัวเจ้า เจ้าจะต้องหากินบนแผ่นดินนั้นด้วยความทุกข์ยากตลอดวันเวลาในชีวิตของเจ้า" ก่อนที่มนุษย์จะถูกแช่งสาปเขามีชีวิตอยู่อย่างอุดมสมบูรณ์ด้วยสิ่งสารพัดที่พระเจ้าทรงจัดเตรียมไว้ เมื่อความบาปเข้ามาใน

ชีวิตของเขาผ่านการไม่เชื่อฟังพระเจ้า การสื่อสารของเขากับพระเจ้าพระผู้สร้างก็จบสิ้นลงและบัดนี้เขาต้องหากินบนแผ่นดินด้วยความทุกข์ยากตลอดชีวิตของตน

ถ้าเราต้องทำมาหากินอย่างยากลำบากเพื่อให้ได้ทุกสิ่งที่เราต้องการ เราต้องทำสิ่งใดเมื่อเราทูลขอบางอย่างจากพระเจ้าที่เราไม่สามารถทำได้ โปรดจำไว้ว่าเราจะได้รับสิ่งที่เราปรารถนาจากพระเจ้าด้วยการร้องทูลขอต่อพระองค์ในการอธิษฐาน การทุ่มเทอย่างหนักและด้วยเหงื่อไหลเท่านั้น ยิ่งกว่านั้น จงจำไว้ว่าพระเจ้าทรงบอกเราว่าการทุ่มเทและความพยายามอย่างหนักเป็นสิ่งที่จำเป็นอย่างไรต่อการเกิดผลและพระเยซูทรงทุ่มเทและปล้ำสู้อย่างหนักเพียงใดในการอธิษฐาน จงจำสิ่งเหล่านี้เอาไว้ จงทำเหมือนที่พระเยซูทรงกระทำและจงอธิษฐานด้วยวิธีการที่พระเจ้าทรงพอพระทัย

เราได้ศึกษาว่าพระเยซู (ผู้ทรงเป็นแบบอย่างของการอธิษฐานที่ถูกต้อง) ทรงอธิษฐานอย่างไร ถ้าพระเยซูผู้ทรงมีสิทธิอำนาจทั้งสิ้นทรงอธิษฐานจนกลายเป็นแบบอย่างให้กับเรา เราผู้เป็นเพียงสิ่งทรงสร้างของพระเจ้าควรมีท่าทีแบบใดในการอธิษฐาน การแสดงออกภายนอกและท่าทีแห่งการอธิษฐานของแต่ละคนจะชี้ให้เห็นถึงจิตใจของเขา ด้วยเหตุนี้ ลักษณะของจิตใจที่เรามีเมื่อเราอธิษฐานจะมีความสำคัญเท่ากับท่าทีของเรา

2. ส่วนประกอบสำคัญของการอธิษฐานที่พระเจ้าทรงพอพระทัย

เราควรอธิษฐานจิตใจแบบใดเพื่อคำอธิษฐานของเราจะเป็นที่พ

อพระทัยพระเจ้าและเพื่อพระองค์จะทรงตอบคำอธิษฐานของเรา

1) เราต้องอธิษฐานอย่างสิ้นสุดใจ

เราได้เรียนรู้ผ่านวิธีการอธิษฐานของพระเยซูว่าการอธิษฐานจากจิตใจของบุคคลเกิดมาจากท่าทีที่เขาอธิษฐานต่อพระเจ้า เราสามารถบอกจากท่าทีว่าแต่ละคนอธิษฐานด้วยจิตใจแบบใด

ขอให้ดูตัวอย่างการอธิษฐานของยาโคบในปฐมกาลบทที่ 32 ยาโคบพบกับสถานการณ์ที่ยากลำบากเมื่อแม่น้ำยับบอกขวางอยู่ข้างหน้า ยาโคบไม่สามารถหันหลังกลับเนื่องจากท่านได้ทำพันธสัญญากับลาบันลุงของท่านว่าท่านจะไม่ข้ามเส้นแบ่งเขตที่เรียกว่ากาเลเอด ยาโคบข้ามแม่น้ำยับบอกไปไม่ได้เช่นกันเพราะที่นั่นเอซาวพี่ชายของท่านกำลังรออยู่อีกฝั่งหนึ่งของแม่น้ำพร้อมกับพวกผู้ชายอีกสี่ร้อยคน ความหยิ่งผยองและอัตตาของยาโคบที่ท่านพึ่งพิงมาโดยตลอดถูกทำลายลงในสภาวะที่จนตรอกเช่นนี้ ในที่สุดยาโคบก็รู้ว่าปัญหาของท่านจะได้รับการแก้ไขได้ก็ต่อเมื่อท่านมอบทุกสิ่งไว้กับพระเจ้าและเปลี่ยนพระทัยของพระองค์เท่านั้น เมื่อยาโคบปล้ำสู้ในการอธิษฐานจนข้อตะโพกของท่านเคล็ด ในที่สุดท่านก็ได้รับคำตอบจากพระเจ้า ยาโคบสามารถเปลี่ยนพระทัยของพระเจ้าและคืนดีกับพี่ชายของท่านซึ่งรอแก้แค้นท่านอยู่ได้

ขอให้พิจารณาเรื่องราวของการได้รับ "ไฟจากฟ้าสวรรค์" เป็นคำตอบและการถวายเกียรติอันยิ่งใหญ่แด่พระเจ้าของผู้เผยพระวจนะเอลียาห์ใน 1 พงศ์กษัตริย์บทที่ 18 เมื่อการไหว้รูปเคารพกำลังเฟื่องฟูในรัชสมัยของกษัตริย์อาหับ เอลียาห์ได้ท้าแข่งกับผู้เผยพระวจนะของพระบาอัล 450 คนและมีชัยชนะเหนือคนเหล่านั้นด้วยนำเอา

คำตอบของพระเจ้าลงมาต่อหน้าคนอิสราเอลและเป็นพยานถึงพระเจ้าผู้ทรงพระชนม์อยู่

นี่เป็นช่วงเวลาที่อาหับคิดว่าผู้เผยพระวจนะเอลียาห์คือต้นเหตุของความแห้งแล้งที่เกิดขึ้นกับอิสราเอลเป็นเวลาสามปีครึ่งและท่านเสาะหาโอกาสที่จะฆ่าเอลียาห์ แต่เมื่อพระเจ้าทรงสั่งให้เอลียาห์เดินทางไปเฝ้าอาหับ เอลียาห์ก็เชื่อฟังทันที เมื่อเอลียาห์เดินทางไปเฝ้ากษัตริย์อาหับที่หาโอกาสจะฆ่าท่าน เอลียาห์กล่าวถึงสิ่งที่พระเจ้าตรัสกับท่านอย่างกล้าหาญและเปลี่ยนแปลงสถานการณ์ทุกอย่างด้วยคำอธิษฐานแห่งความเชื่อโดยไม่มีความสงสัยแม้แต่เพียงเล็กน้อย ประชาชนได้กลับใจจากการไหว้รูปเคารพและหันกลับมาหาพระเจ้า ยิ่งกว่านั้น เอลียาห์ได้โน้มตัวลงถึงดินและซบหน้าของท่านไว้ระหว่างเข่าเมื่อท่านอธิษฐานต่อพระเจ้าด้วยใจร้อนรนเพื่อนำเอาการทำงานของพระเจ้าลงมาบนแผ่นดินโลกและทำให้การกันดารอาหารที่สร้างความทุกข์ทรมานให้กับผู้คนบนแผ่นดินนั้นมาเป็นเวลาสามปีครึ่งสิ้นสุดลง (1 พงศ์กษัตริย์ 18:42)

พระเจ้าทรงเตือนเราไว้ในเอเสเคียล 36:36-37 ว่า “เรา พระเยโฮวาห์ ได้สร้างที่ปรักหักพังเหล่านี้ขึ้นใหม่และปลูกพืชในที่รกร้างนั้น เรา พระเยโฮวาห์ได้ลั่นวาจาไว้แล้วและเราจะกระทำเช่นนั้น องค์พระผู้เป็นเจ้าพระเจ้าตรัสดังนี้ว่า เราจะให้วงศ์วานอิสราเอลขอให้เรากระทำสิ่งนี้ให้ด้วย” กล่าวคือ แม้พระเจ้าได้ทรงสัญญากับเอลียาห์ว่าจะมีฝนตกหนักเหนืออิสราเอล แต่ฝนนั้นจะไม่ตกลงมาถ้าปราศจากการอธิษฐานด้วยจิตใจที่ร้อนรนของเอลียาห์ การอธิษฐานจากจิตใจของเราสามารถเปลี่ยนพระทัยของพระเจ้าและจะสร้างความประทับใจให้กับพระเจ้าผู้ทรงตอบคำอธิษฐานของเราโดยฉับ

พลันและอนุญาตให้เราถวายเกียรติแด่พระองค์

2) ท่านต้องร้องทูลต่อพระเจ้าในการอธิษฐาน

พระเจ้าทรงสัญญากับเราว่าพระองค์จะฟังเราและจะเสด็จมาพบกับเราเมื่อเราร้องเรียกหาพระเจ้า อธิษฐานต่อพระองค์และแสวงหาพระองค์ (เยเรมีย์ 29:12-13; สุภาษิต 8:17) พระองค์ทรงสัญญากับเราในเยเรมีย์ 33:3 เช่นกันว่า "จงทูลเราและเราจะตอบเจ้าและจะสำแดงสิ่งที่ใหญ่ยิ่งและที่มีอำนาจใหญ่โตซึ่งเจ้าไม่รู้นั้นให้แก่เจ้า" เหตุผลที่พระเจ้าทรงบอกให้เราร้องทูลต่อพระองค์ในการอธิษฐานก็เพราะว่าเมื่อเราร้องทูลต่อพระองค์ในการอธิษฐานเสียงดังเราก็สามารถอธิษฐานอย่างสิ้นสุดใจ กล่าวคือ เมื่อเราร้องทูลในการอธิษฐานท่านจะถูกตัดขาดจากความคิดฝ่ายโลก ความเหน็ดเหนื่อย และอาการง่วงซึมและความคิดส่วนตัวของเราจะไม่มีส่วนในการอธิษฐาน

ถึงกระนั้นยังมีคริสตจักรหลายแห่งในปัจจุบันที่เชื่อและสอนสมาชิกของตนว่าการรักษาเงียบสงบอยู่ในห้องนมัสการคือ "การยำเกรงพระเจ้า" และ "ความบริสุทธิ์ศักดิ์สิทธิ์" เมื่อมีผู้เชื่อบางคนร้องทูลต่อพระเจ้าด้วยเสียงดัง ผู้คนในคริสตจักรจะคิดโดยฉับพลันว่าเขาทำสิ่งที่ไม่ถูกต้องและประณามเขาว่าเป็นลัทธิเทียมเท็จ สิ่งนี้มีต้นเหตุมาจากการไม่รู้จักพระคำของพระเจ้าและน้ำพระทัยของพระองค์

คริสตจักรในยุคแรก (ซึ่งได้ประจักษ์ถึงการทำงานด้วยฤทธิ์อำนาจอันยิ่งใหญ่ของพระเจ้าและการฟื้นฟู) ทำให้พระเจ้าพอพระทัยในความไพบูลย์ของพระวิญญาณบริสุทธิ์เมื่อคนเหล่านั้นยกเสียงของต

นขึ้นต่อพระเจ้าอย่างพร้อมเพรียงกัน (กิจการ 4:24) แม้กระทั่งในปัจจุบันเรามองเห็นเช่นกันว่าหมายสำคัญและการอัศจรรย์จำนวนนับไม่ถ้วนเกิดขึ้นอย่างไรและคริสตจักรที่ร้องทูลต่อพระเจ้าด้วยเสียงดังพร้อมกับดำเนินชีวิตตามน้ำพระทัยของเจ้ามีประสบการณ์กับการฟื้นฟูอย่างไร

"การร้องทูลต่อพระเจ้า" หมายถึงการอธิษฐานต่อพระเจ้าด้วยคำอธิษฐานที่ร้อนรนและการยกเสียงขึ้นต่อพระองค์ ด้วยการอธิษฐานแบบนี้พี่น้องชายหญิงในพระคริสต์จะสามารถเต็มล้นด้วยพระวิญญาณบริสุทธิ์และเมื่อพลังอำนาจของผีมารซาตานถูกขับไล่ออกไปคำอธิษฐานของคนเหล่านี้จะได้รับคำตอบและเขาจะได้รับของประทานฝ่ายวิญญาณ

ในพระคัมภีร์มีการบันทึกถึงตัวอย่างของการร้องทูลต่อพระเจ้าด้วยเสียงดังและการได้รับคำตอบจากพระองค์ทั้งในชีวิตของพระเยซูและในชีวิตของเหล่าบิดาแห่งความเชื่อ

ขอให้เราสำรวจดูตัวอย่างเหล่านี้บางตัวอย่างในพระคัมภีร์เดิม

อพยพ 15:22-25 เป็นภาพเหตุการณ์ที่คนอิสราเอลเพิ่งเดินเท้าข้ามทะเลแดงหลังจากที่ทะเลแดงถูกแยกออกด้วยความเชื่อของโมเสสภายหลังที่คนเหล่านั้นเดินทางออกจากอียิปต์ก่อนหน้านี้ แต่เพราะคนอิสราเอลมีความเชื่อน้อยคนเหล่านั้นจึงบ่นต่อว่าโมเสสเมื่อเขาไม่มีน้ำดื่มในขณะที่เขากำลังเดินไปในถิ่นทุรกันดารชูร์ เมื่อโมเสส "ร้องทูล" ต่อพระเจ้า น้ำขมที่รามาห์ก็กลายเป็นน้ำจืด

ในกันดารวิถีบทที่ 2 เป็นภาพเหตุการณ์ที่มิเรียมพี่สาวของโมเสสกลายเป็นโรคเรื้อนหลังจากที่เธอพูดต่อต้านโมเสส เมื่อโมเสสร้องทูลต่อพระเจ้าว่า "โอ ข้าแต่พระเจ้า

ขอพระองค์ทรงรักษานาง ข้าพระองค์ทูลวิงวอนต่อพระองค์" พระเจ้าทรงรักษาโรคเรื้อนของเธอให้หาย

ใน 1 ซามูเอล 7:9 เราอ่านพบว่า "ซามูเอลก็เอาลูกแกะอ่อนที่ยังกินนมอยู่ตัวหนึ่งมาถวายเป็นเครื่องเผาบูชาทั้งตัวแด่พระเยโฮวาห์ และซามูเอลร้องทูลต่อพระเยโฮวาห์เพื่อคนอิสราเอล และพระเยโฮวาห์ทรงสดับฟังท่าน"

1 พงศ์กษัตริย์บทที่ 17 เป็นเรื่องราวของหญิงม่ายชาวศาเรฟัทที่แสดงอัธยาศัยไมตรีต่อเอลียาห์ผู้รับใช้ของพระเจ้า เมื่อลูกชายของเธอล้มป่วยและเสียชีวิต เอลียาห์ได้ร้องทูลต่อพระเจ้าว่า "โอ ข้าแต่พระเยโฮวาห์พระเจ้าของข้าพระองค์ ขอชีวิตของเด็กคนนี้มาเข้าในตัวเขาอีก" พระเจ้าทรงสดับฟังเสียงร้องทูลของเอลียาห์และชีวิตของเด็กหนุ่มคนนั้นได้เข้ามาในตัวเขาอีกและเขาก็ฟื้นขึ้นมา (1 พงศ์กษัตริย์ 17:21-22) เมื่อพระเจ้าทรงสดับฟังเสียงร้องทูลของเอลียาห์เราเห็นว่าพระองค์ทรงตอบคำอธิษฐานของท่าน

โยนาห์ (ที่ถูกกลืนเข้าไปอยู่ในท้องปลาขนาดใหญ่เพราะการไม่เชื่อฟังของท่าน) ได้รับการช่วยกู้เช่นกันเมื่อท่านร้องทูลต่อพระเจ้าในการอธิษฐาน ในโยนาห์ 2:2 เราพบว่าเมื่อท่านอธิษฐานว่า "ข้าพระองค์ร้องทุกข์ต่อพระเยโฮวาห์และพระองค์ทรงสดับข้าพระองค์ ข้าพระองค์ร้องทูลจากท้องของนรกและพระองค์ทรงฟังเสียงข้าพระองค์" พระเจ้าทรงสดับฟังเสียงร้องทูลของท่านและทรงช่วยท่านให้รอด ไม่ว่าสถานการณ์ที่เราพบจะสิ้นหวังและทุกข์ยากเหมือนสถานการณ์ของโยนาห์เพียงใดก็ตาม พระเจ้าจะทรงตอบสนองความปรารถนาแห่งจิตใจของเรา ทรงตอบคำอธิษฐานของเรา และทรงประทานทางออกให้กับปัญหาของเราเมื่อเรากลับใจจากความบาปของตน

และร้องทูลต่อพระเจ้า

พระคัมภีร์ใหม่ก็เต็มไปด้วยภาพเหตุการณ์ที่ผู้คนร้องทูลต่อพระเจ้าเช่นกัน

ในยอห์น 11:43-44 เราพบว่าพระเยซูทรงร้องทูลต่อด้วยเสียงดังว่า "ลาซารัสเอ๋ย จงออกมาเถิด" และผู้ตายนั้นก็ออกมา มีผ้าพันศพพันมือและเท้าและที่หน้าก็มีผ้าพันอยู่ด้วย ไม่ว่าพระเยซูจะทรงร้องทูลเสียงดังหรือทรงกระซิบอย่างแผ่วเบาก็คงไม่สร้างความแตกต่างอะไรสำหรับผู้ตายอย่างลาซารัส ถึงกระนั้นพระเยซูก็ทรงร้องทูลเสียงดังต่อพระเจ้า พระเยซูทรงทำให้ลาซารัสที่ถูกฝังอยู่ในอุโมงค์มาแล้วสี่วันเป็นขึ้นมาใหม่ด้วยคำอธิษฐานของพระองค์ซึ่งเป็นไปตามน้ำพระทัยของพระเจ้าและสำแดงถึงพระสิริของพระองค์

มาระโก 10:46-52 บอกเราเกี่ยวกับการรักษาชายขอทานตาบอดคนหนึ่งชื่อบารทิเมอัส

"ฝ่ายพระเยซูกับพวกสาวกมายังเมืองเยรีโคและเมื่อพระองค์เสด็จออกจากเมืองเยรีโคกับพวกสาวกของพระองค์และประชาชนเป็นอันมาก มีคนตาบอดคนหนึ่งชื่อบารทิเมอัสซึ่งเป็นบุตรชายของทิเมอัส นั่งขอทานอยู่ที่ริมหนทาง เมื่อคนนั้นได้ยินว่าพระเยซูชาวนาซาเร็ธเสด็จมา จึงเริ่มร้องเสียงดังว่า 'ท่านเยซู บุตรดาวิดเจ้าข้า ขอทรงเมตตาข้าพระองค์เถิด' มีหลายคนห้ามเขาให้เขานิ่งเสียแต่เขายิ่งร้องเสียงดังขึ้นว่า 'บุตรดาวิดเจ้าข้า ขอทรงเมตตาข้าพระองค์เถิด' พระเยซูทรงหยุดประทับยืนอยู่แล้วตรัสสั่งให้เรียกคนนั้นมา เขาจึงเรียกคนตาบอดนั้นว่าแก่เขาว่า 'จงชื่นใจและลุกขึ้นเถิด พระองค์ทรงเรียกเจ้า' คนนั้นก็ทึ้งผ้าห่มเสียลุกขึ้นมาหาพระเยซู พระเยซูจึงตรัสถามเขาว่า 'เจ้าปรารถนาจะให้เ

ราทำอะไรแก่เจ้า' คนตาบอดนั้นทูลพระองค์ว่า 'พระอาจารย์เจ้าข้า ขอโปรดให้ตาข้าพระองค์เห็นได้' พระเยซูตรัสแก่เขาว่า 'จงไปเถิด ความเชื่อของเจ้าได้กระทำให้เจ้าหายปกติแล้ว' ในทันใดนั้นคนตาบอดนั้นก็เห็นได้ และได้เดินทางตามพระเยซูไป"

ในกิจการ 7:59-60 ในขณะที่ฝูงชนกำลังขว้างสเทเฟนด้วยหินเพื่อสังหารท่าน สเทเฟนอ้อนวอนต่อพระเจ้าว่า "ข้าแต่พระเยซูเจ้า ขอทรงโปรดรับจิตวิญญาณของข้าพระองค์ด้วย" จากนั้นท่านก็คุกเข่าลงร้องเสียงดังว่า "พระองค์เจ้าข้า ขอโปรดอย่าทรงถือโทษเขาเพราะบาปนี้"

กิจการ 4:23-24, 31 บันทึกไว้ว่า "เมื่อเขาปล่อยท่านทั้งสองแล้ว ท่านจึงไปหาพวกของท่าน เล่าเรื่องทั้งสิ้นที่พวกปุโรหิตใหญ่และพวกผู้ใหญ่ได้ว่าแก่ท่าน เมื่อเขาทั้งหลายได้ฟังจึงพร้อมใจกันเปล่งเสียงทูลพระเจ้าว่า 'พระองค์เจ้าข้า ผู้เป็นพระเจ้าซึ่งได้ทรงสร้างฟ้าสวรรค์ แผ่นดินโลก ทะเล และสรรพสิ่งที่มีอยู่ในที่เหล่านั้น' เมื่อเขาอธิษฐานแล้ว ที่ซึ่งเขาประชุมอยู่นั้นได้หวั่นไหว และคนเหล่านั้นประกอบด้วยพระวิญญาณบริสุทธิ์ ได้กล่าวพระวจนะของพระเจ้าด้วยใจกล้าหาญ"

เมื่อท่านร้องทูลต่อพระเจ้าท่านก็สามารถเป็นพยานที่แท้จริงของพระเยซูคริสต์และสำแดงฤทธิ์อำนาจของพระวิญญาณบริสุทธิ์

พระเจ้าทรงบอกให้เราร้องทูลต่อพระองค์แม้ในยามที่เราอดอาหาร ถ้าเราใช้เวลาส่วนใหญ่ของการอดอาหารของเราในการหลับนอนเนื่องจากความเหน็ดเหนื่อย เราจะไม่ได้รับคำตอบจากพระเจ้า พระเจ้าทรงสัญญาไว้ในอิสยาห์ 58:9 ว่า "แล้วเจ้าจะทูล และพระเยโฮวาห์จะทรงตอบ เจ้าจะร้องทูล และพระองค์จะตรัสว่า

`เราอยู่นี่" ถ้าเราร้องทูลต่อพระเจ้าเมื่อเราอดอาหาร พระคุณและฤทธิ์อำนาจจากเบื้องบนจะลงมาเหนือเราและเราจะมีชัยชนะและได้รับคำตอบจากพระเจ้าตามพระสัญญาของพระองค์

ในคำอุปมาเรื่อง "หญิงม่ายกับผู้พิพากษาอธรรม" พระเยซูทรงถามเราด้วยคำถามเชิงโวหารว่า "พระเจ้าจะไม่ทรงแก้แค้นให้คนที่พระองค์ได้ทรงเลือกไว้ ผู้ร้องถึงพระองค์ทั้งกลางวันและกลางคืนหรือ พระองค์จะอดพระทัยไว้ช้านานหรือ" (ลูกา 18:1-8)

ด้วยเหตุนี้ เมื่อบุตรของพระเจ้าอธิษฐาน การที่เขาร้องทูลต่อพระองค์จึงถือเป็นเรื่องธรรมชาติเหมือนที่พระเยซูตรัสกับเราในมัทธิว 5:18 ว่า "เพราะเราบอกความจริงแก่ท่านทั้งหลายว่า ถึงฟ้าและดินจะล่วงไป แม้อักษรหนึ่งหรือจุด ๆ หนึ่งก็จะไม่สูญไปจากพระราชบัญญัติ จนกว่าจะสำเร็จทั้งสิ้น" นี่คือพระบัญญัติของพระเจ้า เพราะพระบัญญัติของพระองค์กำหนดไว้ว่าเราต้องหากินบนแผ่นดินนั้นด้วยความทุกข์ยาก เช่นเดียวกัน เราจะได้รับคำตอบจากพระเจ้าเมื่อเราร้องทูลต่อพระองค์

บางคนอาจโต้แย้งโดยอ้างถึงมัทธิว 6:6-8 พร้อมกับถามว่า "เราจำเป็นต้องร้องทูลต่อพระเจ้าด้วยหรือในเมื่อพระองค์ทรงทราบแล้วว่าเราต้องการสิ่งใดก่อนที่เราจะทูลขอด้วยซ้ำ" หรือ "เราต้องร้องทูลด้วยหรือในเมื่อพระเยซูบอกให้เราปิดประตูอธิษฐานในที่ลี้ลับในห้องชั้นใน" ถึงกระนั้น ไม่มีที่ใดในพระคัมภีร์ที่เราพบข้อพระคัมภีร์ที่พูดถึงผู้คนอธิษฐานในที่ลี้ลับในห้องของตน

ความหมายที่แท้จริงของมัทธิว 6:6-8 คือการเรียกร้องให้เราอธิษฐานอย่างสิ้นสุดใจของเรา จงเข้าไปในห้องชั้นในและปิดประตู ถ้าท่านอยู่ในห้องส่วนตัวและเงียบสงบเพราะประตูห้องปิด ท่านจะถูก

ตัดขาดจากการติดต่อสัมพันธ์กับโลกภายนอกมิใช่หรือ การอยู่ในห้องส่วนตัวและปิดประตูทำให้เราตัดขาดจากโลกภายนอกฉันใด ในมัทธิว 6:6-8 พระเยซูทรงบอกให้เราตัดขาดตนเองจากความคิดส่วนตัว ความคิดฝ่ายโลก ความวิตกกังวล และสิ่งต่าง ๆ และให้อธิษฐานอย่างสิ้นสุดใจของเราด้วยเช่นกัน

นอกจากนี้ พระเยซูทรงเล่าเรื่องนี้เพื่อให้เป็นบทเรียนสำหรับผู้คนที่รู้ว่าพระองค์ไม่ฟังคำอธิษฐานของพวกฟาริสีและพวกปุโรหิตซึ่งอธิษฐานเสียงดังในสมัยของพระเยซูเพื่อให้คนอื่นเห็นและยกย่อง เราต้องไม่ภาคภูมิใจกับปริมาณของการอธิษฐานของเรา ตรงกันข้าม เราต้องปล้ำสู้ในการอธิษฐานอย่างสิ้นสุดใจของเราต่อพระเจ้าผู้ทรงสำรวจจิตใจและความคิดของเรา ต่อพระเจ้าผู้ยิ่งใหญ่ผู้ทรงทราบถึงปัญหาและความต้องการทั้งสิ้นของเรา และต่อพระเจ้า "ผู้ทรงเป็นทุกสิ่งทุกอย่าง" ของเรา

เป็นการยากที่จะอธิษฐานอย่างสิ้นสุดใจด้วยการอธิษฐานอย่างเงียบ ๆ ท่านลองหลับตาอธิษฐานด้วยการภาวนาในเวลากลางคืนดูซิ อีกไม่นานท่านจะพบว่าตัวท่านกำลังต่อสู้กับความเหน็ดเหนื่อยและความคิดฝ่ายโลกแทนที่จะอธิษฐาน เมื่อท่านเหน็ดเหนื่อยจากการต่อสู้กับอาการง่วงนอนท่านจะเผลอหลับก่อนที่ท่านจะรู้ตัวด้วยซ้ำ

แทนที่พระองค์จะอธิษฐานอย่างนิ่งเงียบในห้องที่เงียบสงบ "[พระเยซู] เสด็จไปที่ภูเขาเพื่อจะอธิษฐาน และได้อธิษฐานต่อพระเจ้าคืนยังรุ่ง" (ลูกา 6:12) และ "ครั้นเวลาเช้ามืดพระองค์ได้ทรงลุกขึ้นเสด็จออกไปยังที่เปลี่ยว และทรงอธิษฐานที่นั่น" (มาระโก 1:35) ผู้เผยพระวจนะดาเนียลเปิดหน้าต่างห้องชั้นบนในเรือนของท่านที่หันหน้าไปทางเยรูซาเล็มและท่านคุกเข่าอธิษฐานและขอบพระคุณพ

ระเจ้าอยู่ที่นั่นอย่างต่อเนื่องวันละสามครั้ง (ดาเนียล 6:10) เปโตรขึ้นไปบนดาดฟ้าเพื่ออธิษฐาน (กิจการ 10:9 และอัครทูตเปาโลออกจากประตูเมืองไปยังฝั่งแม่น้ำซึ่งท่านเข้าใจว่ามีที่สำหรับอธิษฐานในขณะที่ท่านพักอยู่ที่เมือง ฟีลิปปี (กิจการ 16:13, 16) คนเหล่านี้กำหนดสถานที่สำหรับการอธิษฐานไว้โดยเฉพาะเพราะท่านเหล่านั้นต้องการที่จะอธิษฐานอย่างสิ้นสุดใจ ท่านต้องอธิษฐานด้วยวิธีการซึ่งท่านสามารถทะลุทะลวงพลังอำนาจของผีมารซาตานเจ้าผู้ครองย่านอากาศและไปถึงพระที่นั่งเบื้องบน การทดลองของท่านจะถูกขับออกไปและท่านจะได้รับคำตอบต่อปัญหาเล็กและใหญ่ของท่านก็ต่อเมื่อท่านเต็มล้นด้วยพระวิญญาณบริสุทธิ์เท่านั้น

3) การอธิษฐานของท่านต้องมีเป้าหมาย

บางคนอาจปลูกต้นไม้เพื่อให้ได้ไม้ที่สมบูรณ์ บางคนอาจปลูกต้นไม้เพื่อกินผล บางคนอาจปลูกต้นไม้เพื่อทำเป็นสวนป่าอันงดงาม ถ้าคนหนึ่งปลูกต้นไม้โดยไม่มีเป้าหมายที่ชัดเจน ก่อนที่ต้นอ่อนจะเติบโตและแก่ตัวเขาอาจละเลยต้นไม้ของตนเพราะเขาสาละวนอยู่กับภารกิจอย่างอื่น

การมีเป้าหมายที่ชัดเจนในความพยายามทุกอย่างจะขับเคลื่อนความพยายามดังกล่าวและนำไปสู่ความสำเร็จและผลสัมฤทธิ์ที่ดีและรวดเร็วกว่า อย่างไรก็ตาม ถ้าปราศจากเป้าหมายที่ชัดเจนความพยายามนั้นอาจไม่สามารถยืนหยัดต่ออุปสรรคแม้เพียงเล็กน้อย เพราะถ้าไร้ทิศทางที่แน่นอนก็จะมีแต่ความสงสัยและการยอมจำนน

เราต้องมีเป้าหมายที่ชัดเจนเมื่อเราอธิษฐานต่อพระเจ้า พระเจ้าทรงสัญญาว่าเราจะได้รับทุกสิ่งที่เราทูลขอจากพระองค์เมื่อเรามีความ

มั่นใจต่อพระพักตร์พระองค์ (1 ยอห์น 3:21-22) และเมื่อเป้าหมายของการอธิษฐานของเราชัดเจน เราก็จะสามารถอธิษฐานได้อย่างร้อนรนและอดทนนานมากยิ่งขึ้น เมื่อพระเจ้าทรงเห็นว่าไม่มีสิ่งใดกล่าวโทษเราในจิตใจ พระองค์จะทรงจัดเตรียมทุกสิ่งที่เราต้องการให้กับเรา เราต้องจดจำเป้าหมายของการอธิษฐานของเราไว้เสมอและต้องอธิษฐานด้วยวิธีการที่พระเจ้าพอพระทัย

4) ท่านต้องอธิษฐานด้วยความเชื่อ

เพราะเราแต่ละคนมีขนาดความเชื่อที่แตกต่างกัน แต่ละคนจึงได้รับคำตอบจากพระเจ้าตามความเชื่อของตน เมื่อผู้คนต้อนรับเอาพระเยซูคริสต์เป็นครั้งแรกและเปิดจิตใจของตนออก พระวิญญาณบริสุทธิ์ทรงเสด็จเข้ามาสถิตอยู่ในเขาและพระเจ้าทรงประทับตราเขาให้เป็นบุตรของพระเจ้า นี่เป็นช่วงเวลาที่เขามีความเชื่อเท่าเมล็ดผักกาด

เมื่อคนเหล่านี้รักษาวันขององค์พระผู้เป็นเจ้าให้บริสุทธิ์และอธิษฐานอย่างต่อเนื่อง พยายามที่จะรักษาพระบัญญัติของพระเจ้า และดำเนินชีวิตของตนด้วยพระคำของพระเจ้า ความเชื่อของเขาจะเติบโตขึ้น อย่างไรก็ตาม เมื่อเขาพบกับการทดลองและความทุกข์ก่อนที่เขาจะยืนหยัดมั่นคงอยู่บนศิลาแห่งความเชื่อ คนเหล่านี้อาจตั้งคำถามถึงฤทธิ์อำนาจของพระเจ้าและท้อใจในบางครั้ง แต่เมื่อเขายืนหยัดมั่นคงอยู่บนศิลาแห่งความเชื่อเขาก็จะไม่ล้มลงไม่ว่าในสถานการณ์ใดก็ตาม แต่เขาจะมองไปที่พระเจ้าด้วยความเชื่อและอธิษฐานอย่างต่อเนื่อง เมื่อพระเจ้าทรงมองเห็นความเชื่อเช่นนั้นและพระองค์จะทำให้คนทั้งหลายที่รักพระองค์เกิดผลอัน

ดีในทุกสิ่ง

เมื่อคนเหล่านี้สร้างชีวิตการอธิษฐานให้แข็งแกร่งยิ่งขึ้น เขาจะต่อสู้กับความบาปและเป็นเหมือนองค์พระผู้เป็นเจ้าด้วยฤทธิ์อำนาจจากเบื้องบน เขามีความคิดที่ชัดเจนเกี่ยวกับน้ำพระทัยขององค์พระผู้เป็นเจ้าและจะเชื่อฟังน้ำพระทัยนั้น นี่คือความเชื่อที่พระเจ้าพอพระทัยและเขาจะได้รับทุกสิ่งที่ตนทูลขอ เมื่อผู้คนมีขนาดแห่งความเชื่อในระดับนี้เขาก็จะมีประสบการณ์กับพระสัญญาที่ปรากฏอยู่ในมาระโก 16:17-18 ซึ่งกล่าวว่า "มีคนเชื่อที่ไหน หมายสำคัญเหล่านี้จะบังเกิดขึ้นที่นั่น คือเขาจะขับผีออกโดยนามของเรา เขาจะพูดภาษาใหม่หลายภาษา เขาจะจับงูได้ ถ้าเขาดื่มยาพิษอย่างใด จะไม่เป็นอันตรายแก่เขา และเขาจะวางมือบนคนไข้คนป่วย แล้วคนเหล่านั้นจะหายโรค" คนที่มีความเชื่อมากจะได้รับคำตอบตามความเชื่อของตนและคนที่มีความเชื่อน้อยจะได้รับคำตอบตามความเชื่อของตนเช่นกัน

ความเชื่อมีอยู่สองแบบ ได้แก่ "ความเชื่อที่ยึดตนเองเป็นศูนย์กลาง" ซึ่งเป็นความเชื่อที่ท่านมีด้วยตนเองและ "ความเชื่อที่พระเจ้าประทานให้" "ความเชื่อที่ยึดตนเองเป็นศูนย์กลาง" เป็นความเชื่อที่ไม่สอดคล้องกับการประพฤติของบุคคล แต่ "ความเชื่อที่พระเจ้าประทานให้" เป็นความเชื่อฝ่ายวิญญาณที่มาพร้อมกับการประพฤติเสมอ พระคัมภีร์บอกเราว่าความเชื่อคือความแน่ใจในสิ่งที่เราหวังไว้ (ฮีบรู 11:1) แต่ "ความเชื่อที่ยึดตนเองเป็นศูนย์กลาง" ไม่ใช่ความแน่ใจ แม้คนหนึ่งจะมีความเชื่อที่แยกทะเลแดงและเลื่อนภูเขาได้ แต่ด้วย "ความเชื่อที่ยึดตนเองเป็นศูนย์กลาง" เขาจะไม่มีความแน่ใจในคำตอบจากพระเจ้า

พระเจ้าทรงมอบ "ความเชื่อที่มีชีวิต" ให้กับเราซึ่งมาพร้อมกับการประพฤติเมื่อเขาเชื่อฟัง สำแดงความเชื่อของเราด้วยการกระทำและอธิษฐานตามความเชื่อที่เรามีอยู่ในพระองค์ เมื่อเราสำแดงความเชื่อที่เรามีอยู่แล้วให้กับพระองค์เห็นความเชื่อนั้นจะผสมผสานเข้ากับ "ความเชื่อที่มีชีวิต" ซึ่งพระองค์จะทรงเพิ่มเติมให้กับเราและสิ่งนั้นจะกลายสภาพเป็นความเชื่ออันยิ่งใหญ่ที่จะทำให้เราได้รับคำตอบจากพระเจ้าอย่างรวดเร็ว บางครั้งผู้คนมีประสบการณ์กับความแน่ใจที่ไม่อาจปฏิเสธได้ในเรื่องคำตอบจากพระเจ้า นี่คือความเชื่อที่พระเจ้าทรงมอบให้กับเขาและผู้คนที่มีความเชื่อเช่นนี้ เขาได้รับคำตอบของตนแล้ว

ด้วยเหตุนี้ เราต้องไว้วางใจในพระสัญญาของพระเยซูในมาระโก 11:24 โดยไม่สงสัยแม้แต่นิดเดียวที่ว่า "เหตุฉะนั้นเราบอกท่านทั้งหลายว่า ขณะเมื่อท่านจะอธิษฐานขอสิ่งใด จงเชื่อว่าได้รับและท่านจะได้รับสิ่งนั้น" เราต้องอธิษฐานจนกว่าเราจะมั่นใจในคำตอบจากพระเจ้าและได้รับสิ่งที่เราทูลขอในคำอธิษฐาน (มัทธิว 21:22)

5) ท่านต้องอธิษฐานด้วยความรัก

ฮีบรู 11:6 บอกเราว่า "แต่ถ้าไม่มีความเชื่อแล้ว จะเป็นที่พอพระทัยของพระองค์ก็ไม่ได้เลย เพราะว่าผู้ที่จะมาหาพระเจ้าได้นั้นต้องเชื่อว่าพระองค์ทรงดำรงพระชนม์อยู่ และพระองค์ทรงเป็นผู้ประทานบำเหน็จให้แก่ทุกคนที่ขยันหมั่นเพียรแสวงหาพระองค์" ถ้าเราเชื่อว่าคำอธิษฐานทั้งสิ้นของเราจะได้รับคำตอบและคิดถึงบำเหน็จขอ

งเราในสวรรค์ เราจะพบว่าการอธิษฐานไม่ใช่ภาระหนักหรือสิ่งที่ยากลำบาก

ถ้าเราอธิษฐานด้วยความรักที่มีต่อดวงวิญญาณเราก็สามารถอธิษฐานได้อย่างร้อนรนเช่นกันเหมือนดังที่พระเยซูทรงปล้ำสู้ในการอธิษฐานเพื่อมอบชีวิตให้กับมวลมนุษย์ ถ้าท่านอธิษฐานด้วยความรักต่อคนอื่นอย่างจริงใจ นั่นหมายความท่านเอาใจเขามาใส่ใจเราและท่านเห็นว่าปัญหาของคนอื่นคือปัญหาของท่าน ด้วยเหตุนี้ท่านจึงอธิษฐานด้วยใจร้อนรนมากยิ่งขึ้น

ยกตัวอย่าง สมมุติว่าท่านอธิษฐานเผื่อการก่อสร้างสถานนมัสการของคริสตจักรของท่าน ท่านต้องอธิษฐานด้วยจิตใจแบบเดียวกับการที่ท่านอธิษฐานเผื่อการก่อสร้างบ้านของท่าน ท่านต้องอธิษฐานเผื่อรายละเอียดและปัจจัยที่จำเป็นทุกอย่างสำหรับการก่อสร้างสถานนมัสการเหมือนกับการที่ท่านอธิษฐานเผื่อที่ดิน คนงาน วัสดุ และรายละเอียดอื่น ๆ สำหรับการสร้างบ้านของท่าน ถ้าท่านอธิษฐานเผื่อคนที่เจ็บป่วยท่านต้องอธิษฐานแบบเอาใจเขามาใส่ใจเราและปล้ำสู้ในการอธิษฐานอย่างสุดหัวใจเสมือนหนึ่งว่าความทุกข์และความเจ็บปวดของเขาเป็นของท่านเอง

เพื่อทำให้น้ำพระทัยของพระองค์สำเร็จ พระเยซูทรงคุกเข่าและปล้ำสู้ในการอธิษฐานจนเป็นนิสัยด้วยความรักที่พระองค์มีต่อพระเจ้าและความรักที่พระองค์มีต่อมวลมนุษย์ ผลลัพธ์ก็คือ หนทางแห่งความรอดได้ถูกเปิดออกและบัดนี้ทุกคนที่ต้อนรับเอาพระเยซูคริสต์สามารถได้รับการยกโทษบาปของตนและชื่นชมกับสิทธิ์ของการเป็

นบุตรของพระเจ้า

เราต้องสำรวจท่าทีและจิตใจของเราบนพื้นฐานของวิธีการอธิษฐานของพระเยซูและส่วนประกอบสำคัญของการอธิษฐานที่พระเจ้าทรงพอพระทัยและอธิษฐานด้วยท่าทีและจิตใจที่พระเจ้าทรงพอพระทัยและได้รับคำตอบจากพระองค์ในทุกสิ่งที่ท่านทูลขอในคำอธิษฐาน

บทที่ 4

เพื่อท่านจะไม่เข้าในการทดลอง

พระองค์จึงเสด็จกลับมายังสาวกเหล่านั้น เห็นเขานอนหลับอยู่และตรัสกับเปโตรว่า
"เป็นอย่างไรนะ ท่านทั้งหลายจะคอยเฝ้าอยู่กับเราสักชั่วเวลาหนึ่งไม่ได้หรือ
จงเฝ้าระวังและอธิษฐานเพื่อท่านจะไม่เข้าในการทดลอง
จิตใจพร้อมแล้วก็จริง
แต่เนื้อหนังยังอ่อนกำลัง"

(มัทธิว 26:40-41)

1. ชีวิตการอธิษฐาน: การหายใจฝ่ายวิญญาณของเรา

พระเจ้าของเราทรงพระชนม์อยู่ ทรงกำกับดูแลชีวิต ความตาย การแช่งสาป และพระพรของมนุษย์และทรงเป็นพระเจ้าแห่งความรัก ความยุติธรรม และความดีงาม พระองค์ไม่ต้องการให้บุตรของพระองค์เข้าไปสู่การทดลองหรือพบกับความทุกข์แต่ทรงปรารถนาให้เขามีชีวิตที่เต็มไปด้วยพระพร เพราะเหตุนี้พระองค์จึงทรงส่งพระวิญญาณบริสุทธิ์องค์ที่ปรึกษาผู้ซึ่งจะช่วยบุตรของพระเจ้าให้มีชัยชนะต่อโลก ขับไล่ผีมารซาตานออกไป มีชีวิตที่แข็งแรงสมบูรณ์และชื่นชมยินดี และไปถึงซึ่งความรอด

พระเจ้าทรงสัญญากับเราในเยเรมีย์ 29:11-12 ว่า "เพราะเรารู้แผนงานที่เรามีไว้สำหรับเจ้า เป็นแผนงานเพื่อสันติภาพ ไม่ใช่เพื่อความทุกข์ยาก เพื่อจะให้อนาคตตามที่คาดหมายไว้แก่เจ้า แล้วเจ้าจะทูลขอต่อเรา และมาอธิษฐานต่อเรา และเราจะฟังเจ้า"

ถ้าเราจะดำเนินชีวิตนี้อย่างมีสันติสุขและความหวังเราต้องอธิษฐาน ถ้าเราอธิษฐานอย่างต่อเนื่องในช่วงชีวิตของเราในพระคริสต์เราจะไม่ถูกทดลอง วิญญาณจิตของเราจะจำเริญขึ้น สิ่งที่ดูเหมือน "เป็นไปไม่ได้" จะกลายเป็นสิ่งที่ "เป็นไปได้" ท่านจะจำเริญสุขทุกประการ และท่านจะมีพลานามัยสมบูรณ์ แต่ถ้าบุตรของพระเจ้าไม่อธิษฐาน เราจะพบกับการทดลองและพบกับภัยพิบัติเพราะมารซาตานวนเวียนอยู่รอบข้างเหมือนสิงห์คำรามเพื่อเสาะหาคนที่มันจะกัดกินได้

การอธิษฐานในชีวิตของบุตรของพระเจ้ามีความสำคัญมากเช่นเดียวกับการที่เราจะเสียชีวิตถ้าเราไม่หายใจทุกวัน เพราะเหตุนี้พระเจ้าจึงทรงสั่งให้เราอธิษฐานอยู่เสมอ (1 เธสะโลนิกา 5:17) ทรงเตือ

นให้เรารู้ว่าการไม่อธิษฐานคือความบาป (1 ซามูเอล 12:23) และทรงสอนเราให้อธิษฐานเพื่อเราจะไม่เข้าไปสู่การทดลอง (มัทธิว 26:41)

ผู้เชื่อใหม่ที่เพิ่งต้อนรับเอาพระเยซูคริสต์เป็นครั้งแรกมักพบว่าการอธิษฐานเป็นสิ่งที่ยากลำบากเพราะเขาไม่รู้จักวิธีการอธิษฐาน วิญญาณจิตที่ตายไปแล้วของเราบังเกิดใหม่อีกครั้งหนึ่งเมื่อเราต้อนรับเอาพระเยซูคริสต์และได้รับพระวิญญาณบริสุทธิ์ สภาพฝ่ายวิญญาณในช่วงนี้เทียบเท่ากับสภาพของเด็กทารก การอธิษฐานจึงเป็นสิ่งที่ยาก

อย่างไรก็ตาม ถ้าเขาไม่ยอมแพ้แต่พยายามที่จะอธิษฐานอย่างต่อเนื่องและทำให้พระคำของพระเจ้าเป็นอาหารประจำวันของตน วิญญาณจิตของเขาจะได้รับการเสริมกำลังและการอธิษฐานของเขาจะเข้มแข็งยิ่งขึ้น มนุษย์ไม่อาจมีชีวิตอยู่ได้ถ้าปราศจากการหายใจฉันใด คนเหล่านี้ตระหนักเช่นกันว่าเขาจะมีชีวิตอยู่ไม่ได้ถ้าปราศจากการอธิษฐานฉันนั้น

ในวัยเด็กของผมมีพวกเด็ก ๆ ที่แข่งกันกลั้นลมหายใจเพื่อพิสูจน์ว่าใครจะกลั้นหายใจได้นานกว่ากัน เด็กสองคนจะหันหน้าเข้าหากันและสูดลมหายใจเข้าลึก ๆ เมื่อเด็กอีกคนหนึ่งพูดว่า "เตรียมพร้อม" เด็กสองคนจะหายใจเข้าให้ลึกที่สุดเท่าที่จะทำได้ จากนั้นเด็กที่ทำหน้าที่เป็น "กรรมการ" จะร้องว่า "เริ่มได้" เด็กสองคนจะกลั้นลมหายใจของตนด้วยใบหน้าที่เต็มไปด้วยความแน่วแน่

ตอนแรก การกลั้นลมหายใจไม่ใช่เรื่องยากจนเกินไป แต่เมื่อเวลาผ่านไปเด็กพวกนั้นจะเริ่มหายใจไม่ออกเมื่อใบหน้าของเราเริ่มแดงก่ำยิ่งขึ้น ในที่สุด เขาก็ไม่สามารถกลั้นลมหายใจของตนไว้ได้อีก

ต่อไปและถูกบังคับให้หายใจออก ไม่มีใครสามารถมีชีวิตอยู่ได้ถ้าเขาหยุดหายใจ

การอธิษฐานก็เช่นเดียวกัน เมื่อบุคคลฝ่ายวิญญาณหยุดอธิษฐาน เขาจะสังเกตไม่เห็นความแตกต่างมากนักในตอนแรก แต่เมื่อเวลาผ่านไปจิตใจของเขาจะเริ่มรู้สึกท้อแท้และเป็นทุกข์ ถ้าเราสามารถมองเห็นวิญญาณจิตของเขาด้วยตาของเราวิญญาณของเขาจะอยู่สภาพหายใจไม่ออก ถ้าเขารู้ว่าสิ่งเหล่านี้เกิดขึ้นเพราะเขาหยุดอธิษฐาน และเริ่มต้นอธิษฐานใหม่ เขาก็สามารถมีชีวิตในพระคริสต์ตามปกติอีกครั้งหนึ่งได้ แต่ถ้าสมมุติว่าเขาทำบาปของการหยุดอธิษฐานอย่างต่อเนือง จิตใจของเขาจะรู้สึกเศร้าหมองและตึงเครียดมากขึ้นและหลายด้านในชีวิตของเขาจะบิดเบี้ยวไป

"การหยุดพัก" จากการอธิษฐานไม่ใช่น้ำพระทัยของพระเจ้า เราจะมีอาการหอบจนกว่าลมหายใจของเราจะกลับมาตามปกติฉันใด เราจะพบกับความยากลำบากและใช้เวลามากขึ้นในการกลับไปสู่มีชีวิตแห่งการอธิษฐานตามปกติด้วยฉันนั้น ยิ่งเรา "หยุดพัก" นานเท่าใดเราก็จะใช้เวลาในการฟื้นชีวิตแห่งการอธิษฐานของตนนานยิ่งขึ้นเท่านั้น

ผู้คนที่ตระหนักว่าการอธิษฐานคือการหายใจฝ่ายวิญญาณของตนจะไม่เห็นว่าการอธิษฐานเป็นภาระหนัก ถ้าเขาอธิษฐานอย่างต่อเนื่องมาโดยตลอดจนนิสัยเหมือนวิธีการที่เขาหายใจเข้าและหายใจออก เขาจะเต็มไปด้วยสันติสุข ความหวัง และมีชีวิตที่ชื่นชมยินดีมากขึ้นกว่าการที่เขาไม่อธิษฐานแทนที่เขาจะพบว่าการอธิษฐานเป็นงานหนักหรือเป็นสิ่งที่ยากลำบาก สาเหตุก็เพราะว่าเขาได้รับคำตอบจากพระเจ้าและถวายเกียรติยศแด่พระองค์ตราบใดที่เขาอธิษฐาน

2. สาเหตุที่การทดลองเกิดขึ้นกับผู้คนที่ไม่อธิษฐาน

พระเยซูทรงวางแบบอย่างเรื่องการอธิษฐานให้กับเราและทรงบอกสาวกของพระองค์ให้เฝ้าระวังและอธิษฐานเพื่อเขาจะไม่เข้าไปสู่การทดลอง (มัทธิว 26:41) ในทางกลับกัน สิ่งนี้หมายความว่าถ้าเราไม่อธิษฐานอย่างต่อเนื่องเราจะเข้าไปสู่การทดลอง ถ้าเช่นนั้นเพราะอะไรการทดลองจึงเกิดขึ้นกับคนที่ไม่อธิษฐาน

พระเจ้าทรงสร้างอาดัมมนุษย์คนแรกทรงทำให้เขาเป็นวิญญาณที่มีชีวิต และทรงอนุญาตให้เขาสื่อสารกับพระเจ้าผู้ทรงเป็นพระวิญญาณได้ หลังจากอาดัมกินผลจากต้นแห่งความรู้ดีและรู้ชั่วและไม่เชื่อฟังพระเจ้า วิญญาณของอาดัมก็ตาย การสื่อสารของเขากับพระเจ้าก็ถูกตัดขาดและเขาถูกขับไล่ออกจากสวนเอเดน เมื่อผีมารซาตานเจ้าผู้ครองย่านฟ้าอากาศได้ควบคุมมนุษย์ (ผู้ที่ไม่สามารถสื่อสารกับพระเจ้าผู้ทรงเป็นพระวิญญาณได้อีกต่อไป) เอาไว้มนุษย์จึงค่อย ๆ จมปลักเข้าไปในความบาปมากยิ่งขึ้นเรื่อย ๆ

เพราะว่าค่าจ้างของความบาปคือความตาย (โรม 6:23) พระเจ้าจึงทรงเปิดเผยการจัดเตรียมของพระองค์ในเรื่องความรอดสำหรับมวลมนุษย์ที่ต้องตายผ่านทางพระเยซูคริสต์ สำหรับผู้คนที่ต้อนรับเอาพระเยซูคริสต์เป็นพระผู้ช่วยให้รอด สารภาพว่าตนเป็นคนบาปและกลับใจพระเจ้าทรงประทับตราให้เขาเป็นบุตรของพระองค์และทรงมอบพระวิญญาณบริสุทธิ์เพื่อเป็นเครื่องยืนยันถึงความมั่นใจนี้

พระวิญญาณบริสุทธิ์ (องค์ที่ปรึกษาที่พระเจ้าทรงส่งมา) จะทำให้โลกเห็นถึงความบาป ความชอบธรรม และการพิพากษา (ยอห์น 16:8) พระองค์ทรงวิงวอนเพื่อเราด้วยการคร่ำครวญเมื่อเร

าอธิษฐานไม่เป็นคำ (โรม 8:26) และทรงช่วยให้เราเอาชนะโลก

เพื่อให้เต็มล้นด้วยพระวิญญาณบริสุทธิ์และรับการทรงนำจากพระองค์ การอธิษฐานจึงเป็นสิ่งที่จำเป็นอย่างยิ่ง การอธิษฐานเท่านั้นที่จะทำให้พระวิญญาณบริสุทธิ์จะตรัสกับเราทำงานในความคิดและจิตใจของเรา เตือนเราเกี่ยวกับการทดลองที่จะมาถึง ตรัสกับเราถึงวิธีการหลีกเลี่ยงการทดลองนั้น และช่วยเราให้เอาชนะการทดลองเมื่อการทดลองเกิดขึ้นกับเรา

แต่ถ้าไม่มีการอธิษฐานเราก็ไม่สามารถแยกแยะน้ำพระทัยของพระเจ้าออกจากความตั้งใจของมนุษย์ ในการทำตามความปรารถนาฝ่ายโลกผู้คนที่ไม่ได้อธิษฐานอยู่เป็นประจำจะดำเนินชีวิตตามนิสัยเก่าและทำตามสิ่งที่ถูกต้องโดยความชอบธรรมของตนเอง ดังนั้นการทดลองและความทุกข์ลำบากจึงเกิดขึ้นเมื่อคนเหล่านี้พบกับความยุ่งยากลำบากนานาชนิด

ในยากอบ 1:13-15 กล่าวว่า "เมื่อผู้ใดถูกล่อลวงให้หลงอย่าให้ผู้นั้นพูดว่า "พระเจ้าทรงล่อลวงข้าพเจ้าให้หลง" เพราะว่าความชั่วจะมาล่อลวงพระเจ้าให้หลงไม่ได้ และพระองค์เองก็ไม่ทรงล่อลวงผู้ใดให้หลงเลย แต่ว่าทุกคนก็ถูกล่อลวง เมื่อตัณหาของตนเองชักนำให้กระทำผิด แล้วตัวก็กระทำตาม ครั้นตัณหาเกิดขึ้นแล้วก็ทำให้เกิดบาป และเมื่อบาปโตเต็มที่แล้ว ก็นำไปสู่ความตาย"

กล่าวคือ การทดลองเกิดขึ้นกับคนที่ไม่อธิษฐานเพราะเขาไม่ได้แยกแยะน้ำพระทัยของพระเจ้าออกจากความตั้งใจของมนุษย์ เขาถูกล่อลวงด้วยความปรารถนาฝ่ายโลกและพบกับความยากลำบากเพราะเขาไม่สามารถเอาชนะการทดลองได้ พระเจ้าทรงต้องการให้บรรดาบุตรของพระองค์เรียนรู้ที่จะพอใจกับสถานการณ์ใดก็ตามที่ตนเผชิญอยู่ เรียนรู้ว่าความขัดสนคืออะไรและความบริบูรณ์คืออะไร

และเรียนรู้เคล็ดลับของการพึงพอใจในทุกสถานการณ์ไม่ว่าในยาม ที่อิ่มท้องหรือหิวโหย ไม่ว่าในยามที่มีมากมายหรือในยามขัดสน (ฟีลิปปี 4:11-12)

แต่เพราะความต้องการฝ่ายโลกนำมาซึ่งความบาปและค่าจ้างของความบาปคือความตาย พระเจ้าจึงไม่อาจปกป้องผู้คนที่ทำบาปอย่างต่อเนื่องได้ ผีมารซาตานจะนำการทดลองและความทุกข์ลำบากมาสู่เขาตราบใดที่ผู้คนทำบาปอย่างต่อเนื่อง บางคนที่เข้าไปสู่การทดลองทำให้พระเจ้าเสียพระทัยด้วยการพูดว่าพระเจ้าทรงนำเขาไปสู่การทดลองและยัดเยียดความทุกข์ลำบากให้กับเขา แต่การแสดงความขุ่นเคืองต่อพระเจ้าและคนที่แสดงความขุ่นเคืองเช่นนี้จะไม่สามารถเอาชนะการทดลองและไม่เปิดโอกาสให้พระเจ้าทำให้เขาเกิดผลอันดีในทุกสิ่ง

ดังนั้นพระเจ้าจึงสั่งให้เราทำลายความคิดและทิฐิมานะทุกประการที่ตั้งตัวขึ้นขัดขวางความรู้ของพระเจ้าและให้น้อมนำความคิดทุกอย่างให้เข้าอยู่ใต้บังคับจนถึงเชื่อฟังพระคริสต์ (2 โครินธ์ 10:5) และพระองค์ทรงเตือนเราในโรม 8:6-7 ว่า "ด้วยว่าซึ่งปักใจอยู่กับเนื้อหนังก็คือความตาย และซึ่งปักใจอยู่กับพระวิญญาณก็คือชีวิตและสันติสุข เหตุว่าใจซึ่งปักอยู่กับเนื้อหนังนั้นก็เป็นศัตรูต่อพระเจ้าเพราะหาได้อยู่ใต้บังคับพระราชบัญญัติของพระเจ้าไม่ และที่จริงจะอยู่ใต้บังคับพระราชบัญญัตินั้นไม่ได้"

เราพบว่าข้อมูลส่วนใหญ่ที่เราได้เรียนรู้และเก็บสะสมไว้ในสมองของเราก่อนที่เราพบกับพระเจ้าซึ่งเราเคยคิด "ถูกต้อง" กลายเป็นสิ่งที่ไม่ถูกต้องเมื่อพิจารณาจากความจริง ดังนั้นเราจึงสามารถทำตามน้ำพระทัยของพระเจ้าอย่างครบถ้วนเมื่อเราทำลายหลักการและความคิดฝ่ายเนื้อหนังทั้งสิ้น ยิ่งกว่านั้น ถ้าเราต้องการที่จะทำลายควา

มคิดและทิฐิมานะทุกประการและเชื่อฟังความจริง เราต้องอธิษฐาน บางครั้งพระเจ้าแห่งความรักทรงปรับปรุงแก้ไขบุตรที่รักของพระองค์เพื่อว่าเขาจะไม่ลงไปสู่ความพินาศและทรงอนุญาตให้เขาพบกับการทดลองเพื่อเขาจะกลับใจและหันจากวิถีของตน เมื่อผู้คนสำรวจตนเองและกลับใจจากสิ่งที่ไม่ถูกต้องในสายพระเนตรของพระเจ้า อธิษฐานอยู่เสมอ มองตรงไปที่พระเจ้าผู้ทรงช่วยคนที่รักพระองค์ให้เกิดผลอันดีในทุกสิ่ง และชื่นชมยินดีอยู่เสมอ พระเจ้าจะทรงเห็นถึงความเชื่อของเขาและทรงตอบคำอธิษฐานเขาอย่างแน่นอน

3. จิตใจพร้อมแล้วก็จริง แต่เนื้อหนังยังอ่อนกำลัง

ในคืนก่อนที่พระเยซูทรงถูกจับไปตรึงที่กางเขนพระองค์ทรงเสด็จไปยังสวนเกทเสมนีพร้อมกับเหล่าสาวกของพระองค์และทรงปล้ำสู้ในการอธิษฐานอยู่ที่นั่น เมื่อพระองค์ทรงเห็นว่าสาวกของพระองค์นอนหลับอยู่พระเยซูจึงตรัสกับคนเหล่านั้นว่า "จิตใจพร้อมแล้วก็จริง แต่เนื้อหนังยังอ่อนกำลัง" (มัทธิว 26:41)

เราอ่านพบคำศัพท์ต่าง ๆ ในพระคัมภีร์ เช่น คำว่า "เนื้อหนัง" "สิ่งที่อยู่ฝ่ายเนื้อหนัง" และ "การงานของเนื้อหนัง" เป็นต้น แต่ในด้านคำว่า "เนื้อหนัง" (ซึ่งอยู่ตรงกันข้ามกับ "วิญญาณ") หมายถึงทุกสิ่งที่เสื่อมสูญและเปลี่ยนแปลง คำนี้เล็งถึงสิ่งทรงสร้างทั้งสิ้นซึ่งรวมถึงมนุษย์ก่อนที่เขาจะถูกเปลี่ยนแปลงไปสู่ความจริง พืชพันธุ์ สัตว์นานาชนิด และสิ่งสารพัด แต่ในอีกด้านหนึ่ง "วิญญาณ" หมายถึงสิ่งที่มั่นคงถาวร สัตย์จริง และไม่เปลี่ยนแปลง

นับตั้งแต่การไม่เชื่อฟังของอาดัม ชายและหญิงทุกคนต่างก็ได้รับสืบทอดธรรมชาติบาปเอาไว้และสิ่งนี้คือความบาปดั้งเดิม

"ความบาปที่ทำด้วยตนเอง" คือการกระทำที่ขัดแย้งกับความจริงอันเกิดจากการ ยุยงของผีมารซาตาน มนุษย์กลายเป็น "เนื้อหนัง" เมื่อร่างกายของเขาถูกทำให้ด่างพร้อยไปด้วยความเท็จและร่างกายของเขาถูกผสมเข้ากับธรรมชาติบาป นี่คือสิ่งที่โรม 9:8 เรียกว่า "บุตรตามเนื้อหนัง" พระคัมภีร์ข้อนี้กล่าวว่า "คือว่าเขาเหล่านั้นที่เป็นบุตรตามเนื้อหนังจะนับเป็นบุตรของพระเจ้าไม่ได้ แต่บุตรแห่งพระสัญญานั้นจึงจะนับเป็นเชื้อสายได้" และโรม 13:14 เตือนเราว่า "แต่ท่านทั้งหลายจงประดับตัวด้วยพระเยซูคริสต์เจ้าและอย่าจัดเตรียมอะไรไว้บำเรอเนื้อหนัง เพื่อจะให้สำเร็จตามความปรารถนาของเนื้อหนังนั้น"

ยิ่งกว่านั้น "สิ่งที่อยู่ฝ่ายเนื้อหนัง" คือการคละเคล้ากันของความบาปชนิดต่าง ๆ เช่น การล่อลวง การอิจฉา การริษยา และความเกลียดชัง (โรม 8:5-8) สิ่งเหล่านี้ยังไม่ได้ปรากฏออกมาในฝ่ายร่างกายแต่อาจนำไปสู่การกระทำ เมื่อความปรารถนาเหล่านี้ปรากฏออกมาเป็นการกระทำ เราเรียกสิ่งเหล่านี้ว่า "การงานของเนื้อหนัง" (กาลาเทีย 5:19-21)

เมื่อพระเยซูตรัสว่า "แต่เนื้อหนังยังอ่อนกำลัง" นั้นพระองค์หมายถึงอะไร พระองค์กำลังตรัสถึงสภาพฝ่ายร่างกายของเหล่าสาวกใช่หรือไม่ ในฐานะอดีตชาวประมง เปโตร ยากอบ และยอห์นมีชีวิตที่แข็งแกร่งและมีสุขภาพร่างกายแข็งแรง สำหรับผู้คนที่เคยอดหลับอดนอนในการออกจับปลาในเวลากลางคืนการพยายามตื่นตัวอยู่เพียงไม่กี่ชั่วโมงในเวลากลางคืนไม่น่าจะเป็นเรื่องใหญ่สำหรับเขา แต่หลังจากที่พระเยซูทรงบอกให้เขาตื่นตัวและเฝ้าระวังกับพระองค์ สาวกทั้งสามคนกลับไม่สามารถอธิษฐาน แต่เขากลับหลับใหล คนเหล่านี้อาจไปยังสวนเกทเสมนีเพื่ออธิษฐาน

กับพระเยซู แต่สิ่งนี้เป็นเพียงความต้องการที่อยู่จิตใจของเขาเท่านั้น เมื่อพระเยซูตรัสกับเขาว่าเนื้อหนังของเขายัง "อ่อนกำลัง" อยู่นั้นพระองค์ทรงหมายความว่าสาวกทั้งสามคนไม่สามารถต่อต้านตัณหาของเนื้อหนังที่ชักนำให้เขานอนหลับพักผ่อน

เปโตรซึ่งเป็นสาวกที่พระเยซูทรงรักคนหนึ่งไม่สามารถอธิษฐานได้เพราะเนื้อหนังของยังอ่อนกำลังแม้จิตใจของท่านจะพร้อมและเมื่อพระเยซูถูกจับกุมและเมื่อชีวิตของท่านตกอยู่ในอันตรายเปโตรปฏิเสธพระเยซูถึงสามครั้ง สิ่งนี้เกิดขึ้นก่อนการคืนพระชนม์และการเสด็จขึ้นสู่สวรรค์ของพระเยซูและเปโตรถูกครอบงำด้วยความกลัวจากการที่ท่านไม่ได้รับพระวิญญาณบริสุทธิ์ แต่หลังจากเปโตรได้รับพระวิญญาณบริสุทธิ์ท่านได้ทำให้คนตายเป็นขึ้นมา สำแดงหมายสำคัญและการอัศจรรย์มากมาย และมีความกล้าหาญมากขึ้นจนท่านยอมถูกตรึงหัวกลับ สัญญาณของความกลัวของเปโตรได้หมดสิ้นไปเมื่อท่านได้รับการเปลี่ยนแปลงด้วยฤทธิ์อำนาจของพระเจ้าเพื่อให้เป็นอัครทูตผู้กล้าหาญที่ไม่กลัวแม้กระทั่งความตาย สาเหตุก็เพราะว่าพระเยซูได้ทรงหลั่งพระโลหิตอันประเสริฐ ไร้มลทิน และปราศจากตำหนิของพระองค์และทรงไถ่เราให้พ้นจากความบกพร่อง ความยากจน และความอ่อนแอทั้งสิ้นของเรา ถ้าเราดำเนินชีวิตด้วยความเชื่อในการเชื่อฟังพระคำของพระเจ้า เราจะมีพลานามัยสมบูรณ์ทั้งในฝ่ายร่างกายและฝ่ายวิญญาณและสามารถทำสิ่งที่เป็นไปไม่ได้สำหรับมนุษย์และทุกสิ่งจะเป็นไปได้สำหรับเรา

แต่หลายครั้งแทนที่จะกลับใจ ผู้คนที่ทำบาปกลับพูดอย่างรวดเร็วว่า "เนื้อหนังยังอ่อนกำลัง" และคิดว่าการทำบาปเป็นเรื่องธรรมชาติ เขาพูดเช่นนี้ก็เพราะคนเหล่านี้ไม่รู้จักความจริง สมมุติว่าพ่อให้เงินลูกของตน 1 พันดอลลาร์ คงเป็นเรื่องน่าหัวเราะ

ถ้าลูกของเขาเอาเงินใส่ในกระเป๋าและพูดกับพ่อว่า "ผมไม่เงินสักบาทเลย" ลองคิดดูซิว่าพ่อจะรู้สึกทุกข์ใจเพียงใดถ้าลูกชายของเขา (ซึ่งยังมีเงิน 1 พันดอลลาร์อยู่ในกระเป๋าของตน) อดอาหารตายเพราะไม่มีเงินซื้ออาหารกิน ด้วยเหตุนี้ สำหรับพวกเราที่ได้รับพระวิญญาณบริสุทธิ์การพูดว่า "เนื้อหนังยังอ่อนกำลัง" จึงเป็นการพูดที่ขัดแย้งกันเอง

ผมเคยเห็นคนที่เคยเข้านอนตอนสี่ทุ่มเข้าร่วมในการประชุมอธิษฐานโต้รุ่งคืนวันศุกร์หลังจากเขาอธิษฐานและได้รับความช่วยเหลือจากพระวิญญาณบริสุทธิ์ คนเหล่านี้ไม่เหน็ดเหนื่อยหรือง่วงนอนและถวายทุกคืนวันศุกร์ให้กับพระเจ้าในความไพบูลย์ของพระวิญญาณบริสุทธิ์ สาเหตุก็เพราะว่าเมื่อดวงตาฝ่ายวิญญาณของผู้คนได้เปิดออกอย่างชัดเจนในความไพบูลย์ของพระวิญญาณบริสุทธิ์และจิตใจของเขาเปี่ยมล้นไปด้วยความชื่นชมยินดี เขาจึงไม่รู้สึกเหน็ดเหนื่อยและเขาจะรู้สึกตัวเบายิ่งขึ้น

เพราะเราอาศัยอยู่ในยุคของพระวิญญาณบริสุทธิ์เราต้องไม่หยุดอธิษฐานหรือทำบาปเพราะ "เนื้อหนังยังอ่อนกำลัง" แต่เราต้องรับเอาความช่วยเหลือจากพระวิญญาณบริสุทธิ์และกำจัดสิ่งที่อยู่ฝ่ายเนื้อหนังและการงานของเนื้อหนังทิ้งไปและมีชีวิตในพระคริสต์อย่างกระตือรือร้นด้วยการดำเนินชีวิตตามน้ำพระทัยของพระเจ้าอยู่เสมอด้วยการตื่นตัวและอธิษฐานอย่างไม่หยุดหย่อน

4. พระพรสำหรับผู้คนตื่นตัวและอธิษฐานอยู่เสมอ

1 เปโตร 5:8-9 บอกเราว่า "ท่านทั้งหลายจงเป็นคนใจหนักแน่น จงระวังระไวให้ดี

ด้วยว่าศัตรูของท่าน คือพญามารวนเวียนอยู่รอบ ๆ ดุจสิงโตคำราม เที่ยวไปเสาะหาคนที่มันจะกัดกินได้ จงต่อสู้กับศัตรูนั้นด้วยตั้งใจมั่นคงในความเชื่อ โดยรู้อยู่ว่าความยากลำบากอย่างนั้นก็มีแก่พวกพี่น้องทั้งหลายของท่านที่อยู่ในโลกเช่นเดียวกัน" ผีมารซาตานเจ้าผู้ครองในย่านฟ้าอากาศพยายามที่จะล่อลวงผู้เชื่อในพระเจ้าให้หลงไปและขัดขวางไม่ให้คนเหล่านี้มีความเชื่อ

ถ้ามีคนต้องการโค่นต้นไม้ อันดับแรกเขาต้องพยายามโยกต้นไม้นั้นก่อน ถ้าไม้ต้นนั้นมีลำต้นขนาดใหญ่และมีรากลึกลงไปในดิน เขาจะเลิกล้มและพยายามโยกต้นไม้ต้นอื่น เมื่อเขาเห็นว่าต้นไม้ต้นที่สองจะโค่นล้มง่ายกว่าไม้ต้นแรกเขาจะมีความมุ่งมั่นยิ่งขึ้นและโยกไม้ต้นนั้นแรงยิ่งขึ้น ในทำนองเดียวกัน ผีมารซาตานที่พยายามจะล่อลวงเราจะถูกขับไล่ออกไปถ้าเรายืนหยัดมั่นคง แต่ถ้าเราหวั่นไหวเพียงเล็กน้อย มารซาตานจะนำการทดลองมาสู่เรามากขึ้นเพื่อทำให้เราพ่ายแพ้

เพื่อจะหยั่งรู้และทำลายแผนการของผีมารซาตานและเดินอยู่ในความสว่างด้วยการดำเนินชีวิตตามพระคำของพระเจ้า เราต้องปล้ำสู้ในการอธิษฐานและรับเอากำลังและฤทธิ์อำนาจของพระเจ้าจากเบื้องบน พระเยซูผู้ทรงเป็นพระบุตรองค์เดียวของพระเจ้าสามารถบรรลุสิ่งสารพัดได้ตามน้ำพระทัยของพระเจ้าก็เพราะฤทธิ์อำนาจแห่งการอธิษฐาน ก่อนที่พระองค์ทรงเริ่มต้นพันธกิจในท่ามกลางประชาชนพระเยซูทรงเตรียมพระองค์เองด้วยการอดอาหารทั้งกลางวันและกลางคืนเป็นเวลา 40 วันและตลอดเวลาสามปีครึ่งของการทำพันธกิจของพระองค์พระเยซูทรงสำแดงการทำงานของพระเจ้าอย่างอัศจรรย์ด้วยการอธิษฐานอยู่เสมอจนเป็นนิสัย ในช่วงท้ายของการทำพันธกิจของพระองค์พระเยซูทรงทำลายพลังอำนาจของความตายแล

ะเอาชนะความตายด้วยการคืนพระชนม์เพราะพระองค์ทรงปล้ำสู้ในการอธิษฐานที่สวนเกทเสมนี เพราะเหตุนี้องค์พระผู้เป็นเจ้าจึงทรงสั่งให้เรา "ขะมักเขม้นในการอธิษฐาน จงเฝ้าระวังอยู่ในการนั้นด้วยขอบพระคุณ" (โคโลสี 4:2) และตรัสว่า "แต่สิ่งทั้งปวงใกล้จะถึงวาระที่สุดแล้ว เหตุฉะนั้นท่านทั้งหลายจงสำแดงกิริยาเสงี่ยมเจียมตัวและจงเฝ้าระวังในการอธิษฐาน" (1 เปโตร 4:7) พระองค์ทรงสอนเราให้อธิษฐานเช่นกันว่า "และขออย่านำข้าพระองค์เข้าไปในการทดลอง แต่ขอทรงช่วยข้าพระองค์ให้พ้นจากความชั่วร้าย เหตุว่าอาณาจักรและฤทธิ์เดชและสง่าราศีเป็นของพระองค์สืบ ๆ ไปเป็นนิตย์ เอเมน" (มัทธิว 6:13) การป้องกันตัวเราเองไม่ให้เข้าไปสู่การทดลองเป็นสิ่งที่สำคัญอย่างยิ่ง ถ้าท่านเข้าไปสู่การทดลองก็หมายความว่าท่านยังไม่ได้เอาชนะการทดลอง อ่อนเปลี้ย และถดถอยในความเชื่อของตนซึ่งพระเจ้าไม่ทรงพอพระทัยในสิ่งเหล่านี้

เมื่อเราตื่นตัวและอธิษฐานอยู่เสมอ พระวิญญาณบริสุทธิ์จะทรงสอนให้เราเดินอยู่ในเส้นทางที่ถูกต้องและเราจะต่อสู้กับความบาปและกำจัดสิ่งนั้นทิ้งไป ยิ่งกว่านั้น ตราบใดที่วิญญาณจิตของเราจำเริญขึ้นเราก็จะมีจิตใจเหมือนพระทัยขององค์พระผู้เป็นเจ้ามากขึ้น เราจะมีความรุ่งเรืองในทุกสิ่งของชีวิต และเราจะได้รับพระพรของการมีพลานามัยสมบูรณ์

การอธิษฐานคือกุญแจของการทำให้ทุกสิ่งทุกอย่างในชีวิตของเราจำเริญรุ่งเรืองและได้รับพระพรของการมีพลานามัยสมบูรณ์ในฝ่ายร่างกายและฝ่ายวิญญาณ พระเจ้าทรงสัญญากับเราใน 1 ยอห์น 5:18 ว่า "เราทั้งหลายรู้ว่า คนใดที่บังเกิดจากพระเจ้าก็ไม่กระทำบาป แต่ว่าคนที่บังเกิดจากพระเจ้าก็ระวังรักษาตัวและมารร้ายนั้นไม่แตะต้องเขาเลย" เพราะเหตุนี้เมื่อเราตื่นตัว

อธิษฐาน และเดินอยู่ในความสว่างอยู่เสมอเราจะปลอดภัยจากผีมารซาตาน ถ้าเราเข้าไปสู่การทดลองพระเจ้าจะทรงสำแดงทางออกให้กับเรา พระองค์จะทรงช่วยคนที่รักพระองค์ให้เกิดผลอันดีในทุกสิ่ง

เพราะพระเจ้าทรงบอกให้เราตื่นตัวและอธิษฐานอยู่เสมอ เราจึงต้องเป็นบุตรของพระเจ้าผู้ซึ่งดำเนินชีวิตในพระคริสต์ด้วยการตื่นตัวอยู่เสมอ ขับไล่ผีมารซาตานให้ออกไป และได้รับทุกสิ่งทุกอย่างที่พระเจ้าทรงตั้งพระทัยที่จะมอบให้กับเรา

1 เธสะโลนิกา 5:23 กล่าวว่า "และขอให้องค์พระเจ้าแห่งสันติสุขทรงตั้งท่านเป็นคนบริสุทธิ์หมดจด และข้าพเจ้าอธิษฐานต่อพระเจ้าให้ทรงรักษาทั้งวิญญาณ จิตใจและร่างกายของท่านไว้ให้ปราศจากการติเตียน จนถึงวันที่พระเยซูคริสต์องค์พระผู้เป็นเจ้าของเราเสด็จมา"

ขอให้ท่านแต่ละคนได้รับความช่วยเหลือจากพระวิญญาณบริสุทธิ์ด้วยการตื่นตัวและอธิษฐานอยู่เสมอจนเป็นนิสัย ขอให้ท่านเป็นบุตรของพระเจ้าที่มีจิตใจบริสุทธิ์ปราศจากตำหนิและมลทินด่างพร้อยด้วยการกำจัดธรรมชาติบาปทั้งสิ้นภายในท่านทิ้งไปและเข้าสุหนัตในจิตใจของท่านด้วยพระวิญญาณบริสุทธิ์ ขอให้ท่านมีสิทธิอำนาจในฐานะบุตรของพระเจ้าซึ่งจะทำให้วิญญาณจิตของท่านจำเริญขึ้น มีความสำเร็จในทุกสิ่งทุกอย่างในชีวิต ขอให้ท่านได้รับพระพรของการมีพลานามัยสมบูรณ์และถวายเกียรติยศแด่พระเจ้าในทุกสิ่งที่ท่านทำ ผมอธิษฐานในพระนามของพระเยซูคริสต์องค์พระผู้เป็นเจ้า

บทที่ 5

คำอธิษฐานของผู้ชอบธรรม

คำอธิษฐานด้วยใจร้อนรนอย่างเอาจริงเอาจังของผู้ชอบธรรมนั้น
มีพลังมากทำให้เกิดผล
ท่านเอลียาห์ก็เป็นมนุษย์ที่มีสภาพอารมณ์เช่นเดียวกับเราทั้งหลาย
และท่านได้อธิษฐานอย่างจริงจังเพื่อไม่ให้ฝนตก
และฝนก็ไม่ตกต้องแผ่นดินเป็นเวลาถึงสามปีกับหกเดือน
และท่านได้อธิษฐานอีกครั้งหนึ่ง และฟ้าสวรรค์ได้ประทานฝนให้
และแผ่นดินจึงได้งอกพืชผลต่าง ๆ

(ยากอบ 5:16-18)

1. คำอธิษฐานแห่งความเชื่อที่รักษาผู้ป่วยให้หาย

เมื่อเรามองย้อนกลับไปดูชีวิตของเรามีหลายครั้งที่เราอธิษฐานในท่ามกลางความทุกข์ยากลำบาก มีหลายครั้งที่เราสรรเสริญและชื่นชมยินดีหลังจากเราได้รับคำตอบจากพระเจ้า มีหลายครั้งที่เราอธิษฐานเผื่อการรักษาโรคให้กับคนที่เรารัก และมีหลายครั้งที่เราถวายเกียรติแด่พระเจ้าหลังจากเราทำสิ่งที่เป็นไปไม่ได้สำหรับมนุษย์ให้สำเร็จด้วยการอธิษฐาน

ฮีบรูบทที่ 11 อ้างอิงถึงความเชื่อหลายครั้ง ข้อ 1 บอกเราว่า "บัดนี้ความเชื่อคือความแน่ใจในสิ่งที่เราหวังไว้ เป็นหลักฐานมั่นใจว่า สิ่งที่ยังไม่ได้เห็นนั้นมีจริง" ในขณะที่ "แต่ถ้าไม่มีความเชื่อแล้วจะเป็นที่พอพระทัยของพระองค์ก็ไม่ได้เลย เพราะว่าผู้ที่จะมาหาพระเจ้าได้นั้นต้องเชื่อว่าพระองค์ทรงดำรงพระชนม์อยู่ และพระองค์ทรงเป็นผู้ประทานบำเหน็จให้แก่ทุกคนที่ขยันหมั่นเพียรแสวงหาพระองค์" (ข้อ 6)

ความเชื่อถูกจำแนกออกเป็น "ความเชื่อฝ่ายเนื้อหนัง" และ "ความเชื่อฝ่ายวิญญาณ" ในด้านหนึ่ง ด้วยความเชื่อฝ่ายเนื้อหนังเราจะเชื่อในพระคำของพระเจ้าได้ก็ต่อเมื่อพระคำนั้นตรงกับความคิดของเราเท่านั้น ความเชื่อฝ่ายเนื้อหนังไม่ทำให้เกิดการเปลี่ยนแปลงใดมาสู่ชีวิตของเรา แต่ในอีกด้านหนึ่ง ด้วยความเชื่อฝ่ายวิญญาณเราจะเชื่อในฤทธิ์อำนาจของพระเจ้าผู้ทรงพระชนม์อยู่และพระคำของพระองค์ตามที่บันทึกไว้แม้พระคำนั้นจะไม่ตรงกับความคิดและหลักการของเรา เมื่อเราเชื่อในการทำงานของพระเจ้าผู้ทรงสร้างสิ่งสารพัดจากความว่างเปล่า เราก็จะมีประสบการณ์กับการเปลี่ยนแปลงอย่างเป็นรูปธรรมในชีวิตของเรา มีประสบการณ์กับหมายสำคัญแล

ะการอัศจรรย์มากมายของพระองค์ และเชื่อว่าทุกสิ่งเป็นไปได้เสมอสำหรับคนที่เชื่อ

เพราะเหตุนี้พระเยซูจึงตรัสกับเราว่า "มีคนเชื่อที่ไหน หมายสำคัญเหล่านี้จะบังเกิดขึ้นที่นั่น คือเขาจะขับผีออกโดยนามของเรา เขาจะพูดภาษาใหม่หลายภาษา เขาจะจับงูได้ ถ้าเขาดื่มยาพิษอย่างใด จะไม่เป็นอันตรายแก่เขา และเขาจะวางมือบนคนไข้คนป่วย แล้วคนเหล่านั้นจะหายโรค" (มาระโก 16:17-18) "ถ้าท่านเชื่อได้ ใครเชื่อก็ทำให้ได้ทุกสิ่ง" (มาระโก 9:23) และ "เหตุฉะนั้นเราบอกท่านทั้งหลายว่า ขณะเมื่อท่านจะอธิษฐานขอสิ่งใด จงเชื่อว่าได้รับ และท่านจะได้รับสิ่งนั้น" (มาระโก 11:24)

เราจะมีความเชื่อฝ่ายวิญญาณและมีประสบการณ์กับฤทธิ์อำนาจอันยิ่งใหญ่ของพระเจ้าด้วยตนเองได้อย่างไร เหนือสิ่งอื่นใด เราต้องจดจำสิ่งที่อัครทูตเปาโลกล่าวไว้ใน 2 โครินธ์ 10:5 ที่ว่า "คือทำลายความคิด และทิฐิมานะทุกประการที่ตั้งตัวขึ้นขัดขวางความรู้ของพระเจ้า และน้อมนำความคิดทุกประการให้เข้าอยู่ใต้บังคับจนถึงเชื่อฟังพระคริสต์" เราต้องไม่ถือว่าสิ่งที่เราเก็บสะสมไว้มาจนถึงจุดนี้เป็นความรู้ที่แท้จริงอีกต่อไป ตรงกันข้าม เราต้องทำลายความคิดและหลักการทุกอย่างที่ละเมิดต่อพระคำของพระเจ้า เชื่อฟังพระคำแห่งความจริง และดำเนินชีวิตตามพระคำนั้น ตราบใดที่เราทำลายความคิดฝ่ายเนื้อหนังและกำจัดความเท็จออกไปจากชีวิตของเราวิญญาณจิตของเราจะจำเริญขึ้นและเราจะมีความเชื่อฝ่ายวิญญาณซึ่งจะทำให้เราเชื่อ

ความเชื่อฝ่ายวิญญาณคือขนาดแห่งความเชื่อที่พระเจ้าทรงมอบให้กับเราแต่ละคน (โรม 12:3) หลังจากเราได้ยินถึงพระกิตติคุณและเราได้ต้อนรับเอาพระเยซูคริสต์เป็นครั้งแรก ความเชื่อของเราจะ

มีขนาดเล็กเท่ากับเมล็ดผักกาด เมื่อเราเข้าร่วมนมัสการอย่างขยันหมั่นเพียร ฟังพระคำของพระเจ้า และดำเนินชีวิตตามพระคำนั้น เราก็จะกลายเป็นคนชอบธรรมมากยิ่งขึ้น นอกจากนี้เมื่อความเชื่อของเราเติบโตขึ้น หมายสำคัญที่เกิดขึ้นกับคนที่เชื่อก็จะเกิดขึ้นกับเราอย่างแน่นอน

ในการอธิษฐานเผื่อผู้ป่วยคนที่อธิษฐานต้องมีความเชื่อฝ่ายวิญญาณอยู่ในเขา นายร้อยซึ่งคนใช้ของท่านป่วยเป็นอัมพาตและทนทุกข์อย่างมาก (ตามที่ปรากฏอยู่ในมัทธิวบทที่ 8) มีความเชื่อซึ่งทำให้ตนเชื่อว่าคนใช้ของท่านจะได้รับการรักษาให้หายถ้าพระเยซูเพียงแค่ตรัส คนใช้ของท่านได้รับการรักษาให้หายในชั่วโมงนั้น (มัทธิว 8:5-13)

ยิ่งกว่านั้น เมื่อเราอธิษฐานเผื่อผู้ป่วยเราต้องกล้าหาญในความเชื่อและไม่สงสัยเพราะพระคำของพระเจ้าบอกเราว่า "แต่จงให้ผู้นั้นทูลขอด้วยความเชื่อ อย่าหวั่นไหวเลย เพราะว่าผู้ที่หวั่นไหวก็เป็นเหมือนคลื่นในทะเลซึ่งถูกลมพัดซัดไปมา ผู้นั้นจงอย่าคิดว่าจะได้รับสิ่งใดจากองค์พระผู้เป็นเจ้าเลย" (ยากอบ 1:6-7)

พระเจ้าทรงพอพระทัยกับความเชื่อที่มั่นคงและแข็งแกร่งซึ่งไม่โอนเอนไปมาและเมื่อเราเป็นหนึ่งเดียวกันในความรักและอธิษฐานเผื่อผู้ป่วยด้วยความเชื่อ พระเจ้าจะทรงกระทำการที่ยิ่งใหญ่มากขึ้น เพราะโรคภัยไข้เจ็บเป็นผลของความบาปและพระเจ้าของเราทรงเป็นแพทย์ผู้รักษา (อพยพ 15:26) เมื่อเราสารภาพบาปของเราต่อกันและกันและอธิษฐานเผื่อซึ่งกันและกัน พระเจ้าจะทรงยกโทษให้กับเราและจะทรงรักษาเรา

เมื่อเราอธิษฐานด้วยความเชื่อฝ่ายวิญญาณและด้วยความรักฝ่ายวิญญาณ ท่านจะมีประสบการณ์กับการทำงานอันยิ่งใหญ่ของพระเจ้า เป็นพยานถึงความรักขององค์พระผู้เป็นเจ้าของเรา

และถวายเกียรติแด่พระองค์

2. คำอธิษฐานของผู้ชอบธรรมมีพลังและเกิดผล

พจนานุกรมฉบับเมอร์เรียม-เวบสเตอร์ให้คำนิยามของผู้ชอบธรรมไว้ว่า "เป็นคนที่ทำตามบัญญัติของพระเจ้าหรือหลักศีลธรรมและเป็นคนที่ไม่มีความผิดหรือความบาป" แต่โรม 3:10 บอกเราว่า "ไม่มีผู้ใดเป็นคนชอบธรรมสักคนเดียว ไม่มีเลย" และพระเจ้าตรัสว่า "เพราะว่าคนที่เพียงแต่ฟังพระราชบัญญัติเท่านั้น หาใช่ผู้ชอบธรรมจำเพาะพระพักตร์พระเจ้าไม่ แต่คนที่ประพฤติตามพระราชบัญญัติต่างหากเป็นผู้ชอบธรรม" (โรม 2:13) และ "เพราะฉะนั้นจึงไม่มีเนื้อหนังคนหนึ่งคนใดเป็นผู้ชอบธรรมในสายพระเนตรของพระเจ้าได้โดยการประพฤติตามพระราชบัญญัติ เพราะว่าโดยพระราชบัญญัตินั้นเราจึงรู้จักบาปได้" (โรม 3:20)

ความบาปเข้ามาในโลกโดยการไม่เชื่อฟังของอาดัมมนุษย์คนแรกที่ถูกสร้างขึ้นและผู้คนจำนวนมากต้องพบกับการพิพากษาเพราะความบาปของคนเพียงคนเดียว (โรม 5:12, 18) พระเจ้าได้ทรงสำแดงความชอบธรรมของพระองค์ต่อมนุษย์ที่เสื่อมจากพระสิริของพระเจ้านอกเหนือจากธรรมบัญญัติและความชอบธรรมของพระเจ้าเกิดขึ้นผ่านทางความเชื่อในพระเยซูคริสต์สำหรับทุกคนที่เชื่อ (โรม 3:21-23)

เพราะ "ความชอบธรรม" ของโลกนี้เปลี่ยนแปลงไปตามค่านิยมของคนแต่ละยุค ดังนั้นสิ่งนี้จึงไม่สามารถเป็นมาตรฐานที่แท้จริงของความชอบธรรม แต่เพราะพระเจ้าไม่เคยเปลี่ยนแปลงความชอบธรรมของพระองค์จึงสามารถเป็นมาตรฐานสำหรับความชอบธรรมที่แท้จริง

ด้วยเหตุนี้โรม 3:28 จึงกล่าวว่า "เหตุฉะนั้นเราทั้งหลายสรุปได้ว่า คนหนึ่งคนใดจะเป็นคนชอบธรรมได้ก็โดยอาศัยความเชื่อนอกเหนือการประพฤติตามพระราชบัญญัติ" ถึงกระนั้นเราไม่ได้ทำให้ธรรมบัญญัติเป็นโมฆะด้วยความเชื่อของเรา แต่เรากลับสนับสนุนพระบัญญัตินั้น (โรม 3:31)

ถ้าเราเป็นคนชอบธรรมโดยความเชื่อเราต้องเกิดผลของการไปถึงความบริสุทธิ์ด้วยเป็นอิสระจากบาปและการเป็นทาสของพระเจ้า เราต้องพยายามที่จะเป็นคนชอบธรรมโดยแท้จริงด้วยการกำจัดความเท็จที่ละเมิดต่อพระคำของพระเจ้าทิ้งไปและดำเนินชีวิตด้วยความจริงแห่งพระคำของพระเจ้า

พระเจ้าทรงประกาศให้คนที่มีความเชื่อซึ่งควบคู่กับการประพฤติและคนที่อุตสาห์ดำเนินชีวิตด้วยพระคำของพระองค์ทั้งกลางวันและกลางคืนเป็น "ผู้ชอบธรรม" พระองค์ทรงสำแดงการทำงานของพระองค์ในการตอบสนองต่อคำอธิษฐานของเขา พระเจ้าจะตอบคำอธิษฐานของคนที่เข้าร่วมนมัสการในคริสตจักรแต่กลับสร้างกำแพงบาปขึ้นระหว่างเขากับพระเจ้าผ่านการไม่เชื่อฟังพ่อแม่ การปีนเกลียวกับพี่น้อง และการทำบาปได้อย่างไร

พระเจ้าทรงทำให้คำอธิษฐานของผู้ชอบธรรม—ซึ่งเป็นคนที่เชื่อฟังและดำเนินชีวิตตามพระคำของพระองค์และสำแดงหลักฐานของความรักที่เขามีต่อพระเจ้า—มีพลังและเกิดผลด้วยการมอบกำลังแห่งการอธิษฐานให้กับเขา

ลูกา 18:1-8 เป็นคำอุปมาเรื่องหญิงม่ายกับผู้พิพากษาอธรรม เรื่องนี้พูดถึงหญิงม่ายคนหนึ่งและคดีความที่เธอนำมาแจ้งต่อผู้พิพากษาซึ่งไม่ยำเกรงพระเจ้าและไม่ให้เกียรติมนุษย์ แม้ผู้พิพากษาคนนั้นไม่ยำเกรงพระเจ้าและไม่สนใจมนุษย์ แต่เขาก็ให้ความช่วยเหลือหญิงม่ายคนนั้นในเวลาต่อมา ผู้พิพากษาคนนั้นพูดกับตนเองว่า

"แม้ว่าเราไม่เกรงกลัวพระเจ้าและไม่เห็นแก่มนุษย์ แต่เพราะหญิงม่ายคนนี้มากวนเราให้ลำบาก เราจะแก้แค้นให้เขา เพื่อมิให้นางมารบกวนบ่อยๆให้เรารำคาญใจ"

ในตอนท้ายของคำอุปมาเรื่องนี้พระเยซูตรัสว่า "จงฟังคำที่ผู้พิพากษาอธรรมนี้ได้พูด พระเจ้าจะไม่ทรงแก้แค้นให้คนที่พระองค์ได้ทรงเลือกไว้ ผู้ร้องถึงพระองค์ทั้งกลางวันและกลางคืนหรือ พระองค์จะอดพระทัยไว้ช้านานหรือ เราบอกท่านทั้งหลายว่า พระองค์จะทรงแก้แค้นให้เขาโดยเร็ว แต่เมื่อบุตรมนุษย์มา ท่านจะพบความเชื่อในแผ่นดินโลกหรือ" (ลูกา 18:7-8)

แต่เมื่อเรามองไปรอบข้างเราพบว่ามีหลายคนที่ประกาศว่าตนเป็นบุตรของพระเจ้า อธิษฐานอยู่ทั้งกลางวันและกลางคืน และอดอาหารอยู่บ่อยครั้ง แต่คนเหล่านี้กลับไม่ได้รับคำตอบจากพระเจ้า คนเหล่านี้ต้องรู้ว่าเขายังไม่ได้เป็นคนชอบธรรมในสายพระเนตรของพระเจ้า

ฟีลิปปี 4:6-7 บอกเราว่า "อย่าทุกข์ร้อนในสิ่งใด ๆ เลย แต่จงทูลเรื่องความปรารถนาของท่านทุกอย่างต่อพระเจ้า ด้วยการอธิษฐาน การวิงวอน กับการขอบพระคุณ แล้วสันติสุขแห่งพระเจ้าซึ่งเกินความเข้าใจทุกอย่าง จะคุ้มครองจิตใจและความคิดของท่านไว้ในพระเยซูคริสต์" คำตอบที่แต่ละคนจะได้รับจากพระเจ้ามีระดับที่แตกต่างกันโดยขึ้นอยู่กับว่าคนนั้นเป็น "ผู้ชอบธรรม" ในสายพระเนตรของพระเจ้าแค่ไหนและเขาอธิษฐานด้วยความเชื่อและความรักมากเพียงใด หลังจากที่เขามีคุณสมบัติของการเป็นผู้ชอบธรรมและอธิษฐาน เขาสามารถรับเอาคำตอบจากพระเจ้าอย่างรวดเร็วและถวายเกียรติแด่พระองค์ ด้วยเหตุนี้ การทำลายกำแพงบาปที่ขัดขวางพระเจ้า การมีคุณสมบัติของ "ผู้ชอบธรรม" ในสายพระเนตรของพระเจ้า และการอธิษฐานอย่างร้อนรนด้วยคว

ามเชื่อและความรักจึงเป็นสิ่งที่สำคัญอย่างยิ่ง

3. ของประทานและฤทธิ์อำนาจ

"ของประทาน" คือของขวัญที่พระเจ้าประทานให้โดยคิดมูลค่าแ ละหมายถึงการทำงานพิเศษของพระเจ้าด้วยความรักของพระองค์ ยิ่งบุคคลอธิษฐานเท่าใดเขาก็จะเริ่มมีความปรารถนาและจะทูลขอข องประทานจากพระเจ้ามากเท่านั้น แต่บางครั้งเขาอาจทูลขอของปร ะทานจากพระเจ้าตามใจปรารถนาที่ล่อลวงของตน สิ่งนี้จะนำความพินาศมาสู่เขา เพราะการขอเช่นนี้ไม่ใช่สิ่งที่ถูกต้อง ในสายพระเนตรของพระเจ้า ดังนั้นแต่ละคนต้องระมัดระวังในเรื่อ งนี้เป็นพิเศษ

ในกิจการบทที่ 8 มีผู้ทำเวทมนต์คนหนึ่งชื่อซีโมนที่ติดตามฟีลิป ไปในที่ต่าง ๆ หลังจากที่เขาเชื่อคำเทศนาของฟีลิปและประหลาดใจ กับหมายสำคัญและการอัศจรรย์ที่ตนเห็น (ข้อ 9-13) เมื่อซีโมนเห็ นว่าผู้คนได้รับพระวิญญาณบริสุทธิ์ด้วยการวางมือของเปโตรและย อห์น เขาจึงนำเงินมาให้พวกอัครสาวกและขอคนเหล่านั้นว่า "ขอใ ห้ข้าพเจ้ามีฤทธิ์อย่างนี้ด้วย เพื่อว่าเมื่อข้าพเจ้าจะวางมือบนผู้ใด ผู้นั นจะได้รับพระวิญญาณบริสุทธิ์" (ข้อ 17-19) เปโตรจึงตำหนิซีโมนว่า "ให้เงินของเจ้าพินาศไปด้วยกันกับเจ้าเถิด เพราะเจ้าคิดว่าจะซื้อของประทานแห่งพระเจ้าด้วยเงินได้ เจ้าไม่มีส่ วนหรือส่วนแบ่งในการนี้เลย เพราะใจของเจ้าไม่ซื่อตรงในสายพระ เนตรของพระเจ้า เหตุฉะนั้น จงกลับใจใหม่จากการชั่วร้ายของเจ้า นี้ และอธิษฐานขอพระเจ้าชะรอยพระองค์จะทรงโปรดยกความผิด ซึ่งเจ้าคิดในใจของเจ้า ด้วยเราเห็นว่าเจ้าจะต้องรับความขมขื่นและ ติดพันธนะแห่งความชั่วช้า" (ข้อ 20-23)

เพราะพระเจ้าทรงมอบของประทานให้กับคนที่สำแดงถึงพระเจ้าผู้ทรงพระชนม์อยู่และช่วยมนุษย์ให้รอด การสำแดงออกถึงของประทานต้องกระทำภายใต้การกำกับดูแลของพระวิญญาณบริสุทธิ์ ดังนั้นก่อนที่เราจะทูลขอของประทานจากพระเจ้า อันดับแรกเราต้องพยายามที่จะเป็นผู้ชอบธรรมในสายพระเนตรของพระเจ้าก่อน

หลังจากวิญญาณจิตของเราจำเริญขึ้นและเราได้เตรียมตนเองให้พร้อมที่จะเป็นเครื่องมือที่พระเจ้าสามารถใช้ได้ พระองค์จะทรงอนุญาตให้เราทูลขอของประทานด้วยการดลใจของพระวิญญาณบริสุทธิ์และจะทรงมอบของประทานที่เราทูลขอแก่เรา

เรารู้ว่าพระเจ้าทรงใช้เหล่าบิดาแห่งความเชื่อของเราแต่ละคนเพื่อพระประสงค์ที่หลากหลาย บางคนสำแดงถึงฤทธิ์อำนาจอันยิ่งใหญ่ของพระเจ้า บางคนเพียงแต่เผยพระวจนะโดยไม่สำแดงฤทธิ์อำนาจของพระเจ้า และบางคนเพียงแต่สังสอนประชาชน ยิ่งเหล่าบิดาแห่งความเชื่อมีความเชื่อและความรักอย่างครบถ้วนสมบูรณ์มากเท่าใด พระเจ้าจะทรงมอบฤทธิ์อำนาจและทรงอนุญาตให้คนเหล่านั้นสำแดงการทำงานอันยิ่งใหญ่มากยิ่งขึ้นเท่านัน

ในสมัยที่ท่านยังเป็นราชโอรสแห่งอียิปต์โมเสสเป็นคนอารมณ์ร้อนและผลีผลามมากจนท่านสังหารชาวอียิปต์คนหนึ่งที่กำลังทุบตีคนอิสราเอล (อพยพ 2:12) แต่หลังจากที่ท่านพบกับความทุกข์ยากลำบากจำนวนมาก โมเสสได้กลายเป็นคนที่ถ่อมใจและเป็นคนที่ถ่อมใจกว่ามนุษย์ทุกคนบนโลกนี้และจากนั้นท่านจึงได้รับฤทธิ์อำนาจอันยิ่งใหญ่ ท่านนำคนอิสราเอลออกจากอียิปต์ด้วยการสำแดงหมายสำคัญและการอัศจรรย์มากมาย (กันดารวิถี 12:3)

เรารู้จักคำอธิษฐานของผู้เผยพระวจนะเอลียาห์ตามที่บันทึกไว้ในยากอบ 5:17-18 เช่นกันว่า "ท่านเอลียาห์ก็เป็นมนุษย์ที่มีสภาพอารมณ์เช่นเดียวกับเราทั้งหลายและท่านได้อธิษฐานอย่างจริงจังเพื่อ

ไม่ให้ฝนตกและฝนก็ไม่ตกต้องแผ่นดินเป็นเวลาถึงสามปีกับหกเดือนและท่านได้อธิษฐานอีกครั้งหนึ่งและฟ้าสวรรค์ได้ประทานฝนให้และแผ่นดินจึงได้งอกพืชผลต่าง ๆ"

ตามที่เราเห็นและตามที่พระคัมภีร์บอกเราว่าคำอธิษฐานของผู้ชอบธรรมมีพลังทำให้เกิดผล กำลังและฤทธิ์อำนาจของผู้ชอบธรรมแตกต่างกัน ในขณะที่มีคำอธิษฐานบางอย่างซึ่งทำให้ผู้คนไม่สามารถรับเอาคำตอบจากพระเจ้าแม้หลังจากที่เขาใช้เวลาอธิษฐานหลายชั่วโมง แต่ก็มีคำอธิษฐานที่เป็นพลังอันยิ่งใหญ่ซึ่งสามารถทำให้เราได้รับคำตอบจากพระเจ้าและสามารถสำแดงถึงฤทธิ์อำนาจอันยิ่งใหญ่ของพระองค์เช่นกัน พระเจ้าทรงปีติยินดีที่จะรับเอาคำอธิษฐานแห่งความเชื่อ ความรัก และการเสียสละและทรงอนุญาตให้ผู้คนถวายเกียรติแด่พระองค์ผ่านของประทานอันหลากหลายและฤทธิ์อำนาจที่พระองค์ทรงมอบให้กับเขา

แต่เราไม่ได้เป็นคนชอบธรรมมาตั้งแต่แรก เราเป็นผู้ชอบธรรมโดยความเชื่อหลังจากที่เราต้อนรับเอาพระเยซูคริสต์แล้วเท่านั้น เรารู้จักบาปด้วยการฟังพระคำของพระเจ้า ละทิ้งความเท็จ และวิญญาณจิตของเราจำเริญขึ้นมากเท่าใดเราก็จะเป็นผู้ชอบธรรมมากขึ้นเท่านั้น นอกจากนี้ เพื่อให้เราเปลี่ยนเป็นผู้ชอบธรรมมากยิ่งขึ้นในขณะที่เราดำเนินชีวิตอยู่ในความสว่างและความชอบธรรม เราต้องรับการเปลี่ยนแปลงจากพระเจ้าทุกวันเพื่อเราจะสามารถพูดเหมือนกับที่อัครทูตเปาโลได้กล่าวไว้ว่า "ข้าพเจ้าตายทุกวัน" (1 โครินธ์ 15:31)

ผมขอวิงวอนให้พวกท่านแต่ละคนหันกลับไปสำรวจดูชีวิตที่ผ่านมาของท่านเพื่อดูว่ามีกำแพงที่ขวางกั้นระหว่างท่านกับพระเจ้าหรือไม่ ถ้ามี ท่านต้องทำลายกำแพงนั้นลงทันที

ขอให้ท่านแต่ละคนเชื่อฟังด้วยความเชื่อ เสียสละด้วยความรัก

และอธิษฐานในฐานะคนชอบธรรมเพื่อท่านจะได้รับการประกาศให้เป็นผู้ชอบธรรม ได้รับพระพรในทุกสิ่งที่ท่านทำ และถวายเกียรติแด่พระเจ้าอย่างสืนสุดใจ ผมอธิษฐานในพระนามขององค์พระผู้เป็นเจ้า

บทที่ 6

พลังอำนาจของการอธิษฐานแบบร่วมใจกัน

เรากล่าวแก่ท่านทั้งหลายอีกว่า
ถ้าในพวกท่านที่อยู่ในโลกสองคนจะร่วมใจกันขอสิ่งหนึ่งสิ่งใด
พระบิดาของเราผู้ทรงสถิตในสวรรค์ก็จะทรงกระทำให้
ด้วยว่ามีสองสามคนประชุมกันที่ไหน ๆ ในนามของเรา
เราจะอยู่ท่ามกลางเขาที่นั่น

(มัทธิว 18:19-20)

1. พระเจ้าทรงพอพระทัยที่จะรับเอาคำอธิษฐานแห่งการร่วมใจ

ภาษิตเกาหลีบทหนึ่งกล่าวว่า "แม้จะเป็นกระดาษแผ่นเดียว ถ้าเราช่วยกันยกก็ดีกว่ายกคนเดียว" แทนที่จะแยกตัวไปอยู่คนเดียวและพยายามทำทุกสิ่งด้วยตนเอง ภาษิตโบราณบทนี้บอกเราว่าเมื่อคนสองคนขึ้นไปทำงานร่วมกันจะทำให้มีประสิทธิภาพและมีผลลัพธ์ที่ดีกว่า คริสต์ศาสนาที่เน้นเรื่องการรักเพื่อนบ้านและชุมชนของคริสตจักรต้องเป็นแบบอย่างที่ดีในเรื่องนี้เช่นกัน

ปัญญาจารย์ 4:9-12 บอกเราว่า "สองคนก็ดีกว่าคนเดียว เพราะว่าเขาทั้งสองย่อมได้รับผลตอบแทนอย่างดีสำหรับการงานของเขา ด้วยว่าถ้าคนหนึ่งล้มลง อีกคนหนึ่งจะได้พยุงเพื่อนของตนให้ลุกขึ้น แต่วิบัติแก่คนนั้นที่อยู่คนเดียวเมื่อเขาล้มลง เพราะไม่มีผู้อื่นพยุงยกเขาให้ลุกขึ้น อนึ่ง ถ้าสองคนนอนอยู่ด้วยกัน เขาก็อบอุ่น แต่ถ้านอนคนเดียวจะอุ่นอย่างไรได้เล่า แม้คนหนึ่งสู้คนเดียวได้ สองคนจะสู้เขาได้แน่ เชือกสามเกลียวจะขาดง่ายก็หามิได้" พระคัมภีร์ข้อเหล่านี้สอนเราว่าเมื่อผู้คนเป็นน้ำหนึ่งใจเดียวกันและทำงานร่วมกันสิ่งนี้จะก่อให้เกิดพลังอำนาจและความชื่นชมยินดีมากขึ้น

ในทำนองเดียวกัน มัทธิว 18:19-20 บอกให้เราทราบว่าการที่ผู้เชื่อเข้ามาร่วมใจกันอธิษฐานนั้นเป็นสิ่งที่สำคัญมากเพียงใด การอธิษฐานมีอยู่สองลักษณะ ได้แก่ "การอธิษฐานส่วนตัว" คือการที่ผู้คนอธิษฐานเผื่อปัญหาของตนเองหรือการอธิษฐานใคร่ครวญถึงพระคำของพระเจ้าของแต่ละคนในช่วงการเฝ้าเดียว และ "การอธิษฐานแบบร่วมใจกัน" คือการที่ผู้คนจำนวนหนึ่งร่วมกันร้องทูลต่อพระเจ้า

การอธิษฐานแบบร่วมใจกันหมายถึงการอธิษฐานของคนหลายคนด้วยความคิดหนึ่งเดียวเหมือนที่พระเยซูทรงบอกเราว่า "ถ้าในพวกท่านที่อยู่ในโลกสองคนจะร่วมใจกันขอสิ่งหนึ่งสิ่งใด" และ "ด้วยว่ามีสองสามคนประชุมกันที่ไหน ๆ ในนามของเรา" พระเจ้าทรงบอกเราว่าพระองค์ทรงพอพระทัยที่จะยอมรับเอาคำอธิษฐานที่ของผู้คนที่ร่วมใจกันและทรงสัญญากับเราว่าพระองค์จะทำทุกสิ่งตามที่เราทูลและจะทรงสถิตอยู่ท่ามกลางเราเมื่อมีสองสามคนประชุมกันที่ไหน ๆ ในพระนามของพระองค์

เราจะถวายเกียรติแด่พระเจ้าด้วยคำตอบที่เราได้รับจากพระองค์ผ่านการอธิษฐานแบบร่วมใจกันที่บ้านและที่คริสตจักรรวมทั้งภายในกลุ่มเซลล์และกลุ่มย่อยของเราได้อย่างไร ขอให้เราเจาะลึกลงไปในเรื่องวิธีการและความสำคัญของการอธิษฐานแบบร่วมใจกันและทำให้การอธิษฐานรูปแบบนี้เป็นอาหารประจำวันของเราเพื่อเราจะได้รับทุกสิ่งจากพระเจ้าเมื่อเราอธิษฐานเผื่อแผ่นดิน ความชอบธรรม และคริสตจักรของพระเจ้าและถวายเกียรติแด่พระองค์อย่างยิ่งใหญ่

2. ความสำคัญของการอธิษฐานแบบร่วมใจกัน

ในมัทธิว 18:19 พระเยซูตรัสกับเราว่า "เรากล่าวแก่ท่านทั้งหลายอีกว่า ถ้าในพวกท่านที่อยู่ในโลกสองคนจะร่วมใจกันขอสิ่งหนึ่งสิ่งใด พระบิดาของเราผู้ทรงสถิตในสวรรค์ก็จะทรงกระทำให้" ในข้อนี้เราพบบางสิ่งบางอย่างที่ค่อนข้างแปลกเป็นพิเศษ แทนที่จะพูดถึงการอธิษฐานของ "บุคคลคนเดียว" "บุคคลสามคน" หรือ "บุคคลสองคนขึ้นไป" ทำไมพระเยซูจึงตรัสอย่างเจาะจงว่า "ถ้าในพวกท่านที่อยู่ในโลกสองคนจะร่วมใจกันขอสิ่ง

หนึ่งสิ่งใด" และให้ความสำคัญกับ "สอง" คน

"พวกท่าน...สองคน" ในที่นี้เป็นพจน์ที่แสดงถึงความสัมพันธ์ซึ่งเป็นการพูดถึงพวกเราแต่ละคน "ฉัน" และคนอื่นที่เหลืออยู่ทั้งหมด กล่าวคือ นอกเหนือจากตัวบุคคลหนึ่งคนแล้ว "พวกท่าน...สองคน" อาจหมายถึงบุคคลคนเดียว สิบคน ร้อยคน หรือพันคนนอกก็ได้

ถ้าเช่นนั้นอะไรคือความหมายฝ่ายวิญญาณของ "พวกท่าน...สองคน" เรามี "อัตตา" เป็นของตนเองและพระวิญญาณบริสุทธิ์ทรงสถิตอยู่ภายในเราด้วยพระลักษณะของพระองค์เอง โรม 8:26 กล่าวว่า "พระวิญญาณก็ทรงช่วยเราเมื่อเราอ่อนกำลังด้วยเช่นกัน เพราะเราไม่รู้ว่าเราควรจะอธิษฐานขอสิ่งใดอย่างไร แต่พระวิญญาณเองทรงช่วยขอเพื่อเราด้วยความคร่ำครวญซึ่งเหลือที่จะพูดได้" พระวิญญาณบริสุทธิ์ผู้ทรงช่วยขอเพื่อเราทรงทำให้จิตใจของเราเป็นพระวิหารที่พระองค์ทรงสถิตอยู่

เราได้สิทธิซึ่งทำให้เราเป็นบุตรของพระเจ้าเมื่อครั้งแรกที่เราเชื่อในพระเจ้าและต้อนรับเอาพระเยซูเป็นพระผู้ช่วยให้รอด พระวิญญาณบริสุทธิ์ทรงเสด็จเข้ามาและทรงทำให้วิญญาณจิตของเราที่ตายไปแล้วเนื่องจากบาปดั้งเดิมเป็นขึ้นมาใหม่ ด้วยเหตุนี้ บุตรของพระเจ้าแต่ละคนจึงมีจิตใจเป็นของตนเองและมีพระลักษณะของพระวิญญาณบริสุทธิ์เองอยู่ภายในจิตใจของแต่ละคน

"พวกท่านที่อยู่ในโลกสองคน" หมายถึงคำอธิษฐานแห่งจิตใจของเราเองและคำอธิษฐานแห่งวิญญาณจิตของเราซึ่งเป็นการทูลขอของพระวิญญาณบริสุทธิ์ (1 โครินธ์ 14:15; โรม 8:26) การพูดว่า "พวกท่านที่อยู่ในโลกสองคนจะร่วมใจกันขอสิ่งหนึ่งสิ่งใด" หมายความว่าคำอธิษฐานทั้งสองรูปแบบนี้ถูกนำมาถวายแด่พระเจ้าร่วมกัน นอกจากนี้ เมื่อพระวิญญาณบริสุทธิ์ทรงร่วมกับบุคคลคนหนึ่งในคำ

อธิษฐานของเขาหรือร่วมกับบุคคลสองคนหรือมากกว่าในคำอธิษฐานของคนเหล่านั้น "พวกท่าน...สองคน" ในโลกต้องเห็นพ้องกันในสิ่งใดก็ตามที่ท่านทูลขอ

เราต้องมีประสบการณ์กับความสำเร็จแห่งพระสัญญาขององค์พระผู้เป็นเจ้าที่ว่า "เรากล่าวแก่ท่านทั้งหลายอีกว่า ถ้าในพวกท่านที่อยู่ในโลกสองคนจะร่วมใจกันขอสิ่งหนึ่งสิ่งใด พระบิดาของเราผู้ทรงสถิตในสวรรค์ก็จะทรงกระทำให้" ด้วยการจดจำความสำคัญของการอธิษฐานแบบร่วมใจกัน

3. วิธีการอธิษฐานแบบร่วมใจกัน

พระเจ้าทรงพอพระทัยที่จะรับเอาการอธิษฐานแบบร่วมใจกัน ทรงตอบคำอธิษฐานแบบนี้อย่างรวดเร็ว และทรงสำแดงการทำงานที่ยิ่งใหญ่ของพระองค์เพราะผู้คนอธิษฐานต่อพระองค์ด้วยหัวใจเดียวกัน

ถ้าพระวิญญาณบริสุทธิ์และเราแต่ละคนอธิษฐานด้วยหัวใจเดียวกัน สิ่งนี้จะเป็นแหล่งแห่งความชื่นชมยินดีอย่างเปี่ยมล้น สันติสุข และสง่าราศีแด่พระเจ้าอย่างสิ้นสุด เราสามารถนำเอา "คำตอบแห่งไฟ" ลงมาและเป็นพยานถึงพระเจ้าผู้ทรงพระชนม์อยู่อย่างเต็มที่ แต่ "การมีหัวใจเดียวกัน" ไม่ใช่เรื่องง่ายและการทำให้จิตใจของเราเห็นพ้องกันมีความหมายและความสำคัญอย่างมาก

สมมุติว่าคนใช้คนหนึ่งมีเจ้านายอยู่สองคน ความจงรักภักดีและจิตใจแห่งการปรนนิบัติของเขาจะไม่ถูกแบ่งแยกออกเป็นสองส่วนหรือ ปัญหาจะรุนแรงยิ่งขึ้นถ้าเจ้านายของเขาทั้งสองคนมีบุคลิกภาพและรสนิยมที่แตกต่างกัน

อีกครั้งหนึ่ง สมมุติว่าคนสองคนร่วมกันวางแผนสำหรับรายการบางอย่าง แต่ถ้าเขาไม่มีความคิดแบบเดียวกันและยังมีความเห็นแบ่งแยกกัน เราคงสรุปได้ไม่ยากว่าแผนการดังกล่าวคงดำเนินไปอย่างทุลักทุเล ยิ่งกว่านั้น ถ้าสองคนทำภารกิจของตนด้วยเป้าหมายที่แตกต่างกัน การวางแผนของเขาอาจเป็นไปได้ดีถ้าดูจากภายนอกแต่แผนการดังกล่าวจะไม่มีผลลัพธ์อย่างชัดเจน ด้วยเหตุนี้ ความสามารถของการมีจิตใจเดียวกันไม่ว่าในการอธิษฐานเพียงลำพังหรือการอธิษฐานร่วมกับอีกคนหนึ่งหรือการอธิษฐานร่วมกับอีกสองคนหรือมากกว่าจึงเป็นกุญแจต่อการได้รับคำตอบจากพระเจ้า

ถ้าเช่นนั้นเราจะมีหัวใจเดียวกันในการอธิษฐานได้อย่างไร

ผู้คนที่ร่วมใจกันอธิษฐานต้องอธิษฐานด้วยการดลใจของพระวิญญาณบริสุทธิ์ รับการสวมทับจากพระวิญญาณบริสุทธิ์ เป็นอันหนึ่งอันเดียวกันในพระวิญญาณบริสุทธิ์ และอธิษฐานในพระวิญญาณบริสุทธิ์ (เอเฟซัส 6:18) เพราะพระวิญญาณบริสุทธิ์ทรงมีพระทัยของพระเจ้าพระองค์จึงทรงหยั่งรู้ทุกสิ่งแม้กระทั่งความล้ำลึกของพระเจ้า (1 โครินธ์ 2:10) และทรงทูลขอเพื่อเราตามน้ำพระทัยของพระเจ้า (โรม 8:27) เมื่อเราอธิษฐานตามวิธีการที่พระวิญญาณบริสุทธิ์ทรงนำความคิดของเรา พระเจ้าจะทรงพอพระทัยที่จะรับเอาคำอธิษฐานของเรา ประทานทุกสิ่งตามที่เราทูลขอ และทรงตอบสนองความปรารถนาแห่งจิตใจของเรา

เพื่อให้การอธิษฐานในความไพบูลย์ของพระวิญญาณบริสุทธิ์สำเร็จ เราต้องเชื่อในพระคำของพระเจ้าโดยไม่สงสัย เชื่อฟังความจริงชื่นชมยินดีอยู่เสมอ อธิษฐานอย่างต่อเนื่อง และขอบพระคุณในทุกสถานการณ์ เราต้องร้องทูลต่อพระเจ้าจากจิ

ตใจของเราเช่นกัน เมื่อเราสำแดงความเชื่อที่ควบคู่กับความประพ
ฤติให้พระเจ้าเห็นและปล้ำสู้ในการอธิษฐาน พระเจ้าจะทรงพอพระ
ทัยและจะประทานความชื่นชมยินดีให้กับเราผ่านทางพระวิญญาณ
บริสุทธิ์ เราเรียกสิ่งนี้ว่า "การเต็มล้น" และ "การดลใจ"
โดยพระวิญญาณบริสุทธิ์

ผู้เชื่อใหม่บางคนหรือคนที่ไม่ได้อธิษฐานเป็นประจำยังไม่ได้รับ
ฤทธิ์อำนาจแห่งการอธิษฐาน ดังนั้นเขาจึงคิดว่าการอธิษฐานแบบร่
วมใจกันเป็นงานหนักและยากลำบาก ถ้าบุคคลเช่นนี้พยายามที่จะอ
ธิษฐานเป็นเวลาหนึ่งชั่วโมง เขาจะพยายามรวบรวมหัวข้ออธิษฐาน
ทุกชนิดเอาไว้ แต่กระนั้นเขาก็ไม่สามารถอธิษฐานได้ทั้งหนึ่งชั่วโ
มง เขาจะเกิดอาการเหน็ดเหนื่อยเมื่อยล้า
รอคอยให้เวลาผ่านไปอย่างรวดเร็ว และจบลงด้วยการอธิษฐานด้วย
ถ้อยคำซ้ำซาก การอธิษฐานเช่นนี้เป็น "การอธิษฐานแห่งจิตใจ" ซึ่ง
ไม่ได้รับการดลใจจากพระวิญญาณบริสุทธิ์และพระเจ้าไม่อาจตอบ
คำอธิษฐานเช่นนี้ได้

สำหรับหลายคนแม้เขาจะเข้าร่วมนมัสการมาเป็นเวลาหลายปี
แต่คำอธิษฐานของเขาก็ยังคงเป็นการอธิษฐานประเภทนี้อยู่ สำหรับ
ผู้คนส่วนใหญ่ที่บ่นหรือท้อแท้เพราะเขาไม่เห็นคำตอบจากพระเจ้า
คนเหล่านี้จะไม่ได้รับคำตอบจากพระองค์เพราะการอธิษฐานของเ
ขาเป็นการอธิษฐานแห่งจิตใจซึ่งไม่ได้รับการดลใจจากพระวิญญา
ณบริสุทธิ์ แต่ไม่ได้หมายความว่าพระเจ้าทรงหันหลังให้กับคำอธิษ
ฐานของเขา พระเจ้าทรงได้ยินคำอธิษฐานของเขาเพียงแต่พระองค์
ไม่อาจตอบคำอธิษฐานนั้น

บางคนอาจถามว่า "สิ่งนี้หมายความว่าการอธิษฐานไม่ได้ประโย
ชน์ใช่หรือไม่ในเมื่อเราอธิษฐานโดยไม่มีการดลใจของพระวิญญา

ณบริสุทธิ์" ไม่ใช่เช่นนั้นเลย แม้คนเหล่านี้จะอธิษฐานด้วยความคิดของตนเพียงอย่างเดียว แต่เมื่อเขาร้องทูลต่อพระเจ้าอย่างขยันหมั่นเพียร ประตูแห่งคำอธิษฐานจะเปิดออกและเขาจะได้รับฤทธิ์อำนาจแห่งการอธิษฐานและจะอธิษฐานด้วยวิญญาณ ถ้าไม่มีการอธิษฐานประตูแห่งคำอธิษฐานจะไม่ถูกเปิดออก เพราะพระเจ้าทรงฟังแม้กระทั่งการอธิษฐานแห่งจิตใจ เมื่อประตูแห่งคำอธิษฐานเปิดออกท่านจะเป็นอันหนึ่งอันเดียวกันกับพระวิญญาณบริสุทธิ์ อธิษฐานด้วยการดลใจของพระวิญญาณบริสุทธิ์ และได้รับตอบที่ท่านทูลขอในอดีต

สมมุติว่ามีลูกชายคนหนึ่งที่ไม่ได้ทำให้พ่อของตนพอใจ เพราะเขาไม่ได้ทำให้พ่อของตนพอใจด้วยความประพฤติของตนเขาจึงไม่ได้รับสิ่งใดที่เขาขอจากพ่อของตน แต่วันหนึ่งลูกชายคนนี้เริ่มทำให้พ่อของตนพอใจด้วยการประพฤติและพ่อของเขาเริ่มพอใจกับลูกชายของตน ตอนนี้พ่อจะปฏิบัติต่อลูกชายของตนอย่างไร อย่าลืมว่าความสัมพันธ์ของพ่อลูกคู่นี้ไม่ใช่ความสัมพันธ์แบบที่เคยเป็นในอดีตพ่อต้องการที่จะให้ทุกสิ่งที่ลูกของตนขอและลูกก็จะได้รับทุกสิ่งแม้แต่สิ่งที่เขาเคยขอไว้ในอดีต

ในทำนองเดียวกัน แม้คำอธิษฐานของเราจะออกมาจากความคิด เมื่อคำอธิษฐานนั้นเพิ่มพูนกันมากยิ่งขึ้น เราก็จะได้รับฤทธิ์อำนาจแห่งการอธิษฐานและเราจะอธิษฐานในแนวทางที่พระเจ้าทรงพอพระทัยเมื่อประตูแห่งคำอธิษฐานเปิดออกเพื่อท่าน เราจะได้รับแม้กระทั่งสิ่งที่เราเคยขอพระเจ้าในอดีตและจะรู้ว่าพระองค์ไม่เคยละเลยแม้แต่สิ่งเล็ก ๆ น้อย ๆ ในคำอธิษฐานของเรา

ยิ่งกว่านั้น เมื่อเราอธิษฐานในวิญญาณด้วยการดลใจของพระวิญญาณบริสุทธิ์เราจะไม่เหน็ดเหนื่อยหรือหลับใหลหรือถูกรบกวนด้วยความคิดฝ่ายโลก แต่เราจะอธิษฐานด้วยความเชื่อและความชื่นช

มยินดี นี่คือวิธีการที่คนกลุ่มหนึ่งสามารถอธิษฐานแบบร่วมใจกันเพราะเขาอธิษฐานด้วยวิญญาณและด้วยความรักโดยมีความคิดและจิตใจเดียวกัน

เราอ่านพบในมัทธิว 18:20 ว่า "ด้วยว่ามีสองสามคนประชุมกันที่ไหน ๆ ในนามของเรา เราจะอยู่ท่ามกลางเขาที่นั่น" เมื่อผู้คนร่วมใจกันอธิษฐานในพระนามของพระเยซูคริสต์ บุตรของพระเจ้าผู้ซึ่งได้รับพระวิญญาณบริสุทธิ์กำลังอธิษฐานแบบร่วมใจกันและองค์พระผู้เป็นเจ้าของเราจะอยู่ท่ามกลางเขาอย่างแน่นอน กล่าวคือ เมื่อผู้คนกลุ่มหนึ่งซึ่งได้รับพระวิญญาณบริสุทธิ์ร่วมใจกันอธิษฐาน องค์พระผู้เป็นเจ้าของเราจะกำกับดูแลความคิดของแต่ละคน ทำให้เขาเป็นอันหนึ่งอันเดียวกันกับพระวิญญาณบริสุทธิ์ และนำเขาให้มีความคิดเดียวกันเพื่อคำอธิษฐานของเขาจะเป็นที่พอพระทัยพระเจ้า

แต่ถ้าคนกลุ่มหนึ่งไม่สามารถร่วมใจกันและมีจิตใจเดียวกัน คนทั้งกลุ่มก็ไม่สามารถอธิษฐานแบบร่วมใจกันหรือผู้เข้าร่วมแต่ละคนก็ไม่สามารถอธิษฐานออกมาจากจิตใจของตนได้แม้เขาจะอธิษฐานเผื่อเป้าหมายเดียวกันเพราะจิตใจของผู้เข้าร่วมแต่ละคนไม่เป็นอันหนึ่งอันเดียวกันกับคนอื่น ๆ ที่อยู่ในกลุ่ม ถ้าจิตใจของผู้เข้าร่วมไม่ได้เป็นอันหนึ่งเดียวกัน ผู้นำประชุมต้องนำคนกลุ่มนั้นในการสรรเสริญพระเจ้าและการสารภาพบาปเพื่อจิตใจของผู้คนจะหลอมรวมเป็นอันหนึ่งอันเดียวกันในพระวิญญาณบริสุทธิ์

องค์พระผู้เป็นเจ้าของเราจะสถิตอยู่กับผู้คนที่อธิษฐานเมื่อเขาเป็นอันหนึ่งอันเดียวกันกับพระวิญญาณบริสุทธิ์ในขณะที่พระองค์ทรงกำกับดูแลและทรงนำจิตใจของแต่ละคนที่เข้าร่วม เมื่อผู้คนไม่ได้อธิษฐานแบบร่วมใจกัน เราต้องรู้ว่าองค์พระผู้เป็นเจ้าไม่อาจสถิตอยู่กับผู้คนเหล่านั้น

เมือผู้คนเป็นอันหนึงอันเดียวกันกับพระวิญญาณบริสุทธิและอธิษฐานแบบร่วมใจกัน ทุกคนจะอธิษฐานจากจิตใจของตนเต็มล้นด้วยพระวิญญาณบริสุทธิ เหงือไหลไคลย้อย และมันใจในคำตอบจากพระเจ้าในสิงทีตนทูลขอเมือเขาถูกครอบงำด้วยความชืนชมยินดีจากเบืองบน องค์พระผู้เป็นเจ้าของเราจะสถิตอยู่กับผู้คนทีอธิษฐานด้วยวิธีนีและการอธิษฐานประเภทนีเป็นสิงทีพระเจ้าพอพระทัย

ผมหวังว่าพวกท่านแต่ละคนจะได้รับทุกสิงทีท่านทูลขอในการอธิษฐานด้วยการอธิษฐานแบบร่วมใจกันในความไพบูลย์ของพระวิญญาณบริสุทธิและจากจิตใจของท่านพร้อมกับถวายเกียรติแด่พระเจ้าเมือท่านเข้าร่วมกับคนอืนในกลุ่มเซลล์หรือกลุ่มย่อยทีบ้านหรือทีคริสตจักรของท่าน

พลังอำนาจอันยิงใหญ่ของการอธิษฐานแบบร่วมใจกัน

ข้อได้เปรียบประการหนึงของการอธิษฐานแบบร่วมใจกันได้แก่ข้อแตกต่างในเรืองความเร็วทีผู้คนได้รับคำตอบจากพระเจ้าและประเภทของการทำงานทีพระเจ้าทรงสำแดงให้ปรากฏ ยกตัวอย่าง เราเห็นข้อแตกต่างอย่างชัดเจนในเรืองปริมาณของการอธิษฐานระหว่างการอธิษฐานสามสิบนาทีของบุคคลคนหนึงทีอธิษฐานเผือเรืองเดียวกับการอธิษฐานสามสิบนาทีของคนสิบคนทีอธิษฐานเผือเรืองเดียวกัน เมือผู้คนร่วมใจกันอธิษฐานและพระเจ้าทรงพอพระทัยทีจะรับเอาคำอธิษฐานของเขา คนเหล่านันจะมีประสบการณ์กับการทำงานของพระเจ้าและพลังอำนาจอันยิงใหญ่ของคำอธิษฐานของเขา

ในกิจการ 1:12-15 เราพบว่าหลังจากองค์พระผู้เป็นเจ้าทรงคืนพระชนม์และเสด็จขึนสู่สวรรค์แล้วมีคนกลุ่มซึงรวมถึงพวกสาวกของพระองค์ประชุมร่วมกันอยู่เป็นประจำ กลุ่มนันมีคนอยู่ประมาณ

120 คน คนเหล่านั้นร่วมใจกันอธิษฐานด้วยความหวังอันแรงกล้าที่จะได้รับพระวิญญาณบริสุทธิ์ซึ่งพระเยซูได้ทรงสัญญาไว้จนกระทั่งถึงวันเพ็นเทคอสต์

เมื่อวันเทศกาลเพ็นเทคอสต์มาถึง จำพวกสาวกจึงมาร่วมใจกันอยู่ในที่แห่งเดียวกัน ในทันใดนั้น มีเสียงดังมาจากฟ้าเหมือนเสียงพายุกล้าสันก้องทั่วบ้านที่เขานั่งอยู่นั้น มีเปลวไฟสัณฐานเหมือนลิ้นปรากฏแก่เขา และกระจายอยู่บนเขาสิ้นทุกคน เขาเหล่านั้นก็ประกอบด้วยพระวิญญาณบริสุทธิ์จึงตั้งต้นพูดภาษาต่าง ๆ ตามที่พระวิญญาณทรงโปรดให้พูด (กิจการ 2:1-4)

นี่เป็นการทำงานของพระเจ้าที่น่าอัศจรรย์ใจมากทีเดียว เมื่อคนเหล่านั้นร่วมใจกันอธิษฐาน คนทั้งหนึ่งร้อยยี่สิบคนที่ประชุมร่วมกันอยู่ที่นั่นได้รับพระวิญญาณบริสุทธิ์และเริ่มพูดภาษาต่าง ๆ พวกอัครทูตได้รับฤทธิ์อำนาจจากพระเจ้าด้วยเช่นกัน ดังนั้นจำนวนของผู้คนที่ต้อนรับเอาพระเยซูคริสต์ผ่านคำเทศนาของเปโตรและได้รับบัพติศมาในวันนั้นจึงมีจำนวนเกือบสามพันคน (กิจการ 2:41) เมื่อพวกอัครทูตสำแดงหมายสำคัญและการอัศจรรย์ต่าง ๆ จำนวนของผู้เชื่อก็เพิ่มขึ้นทุกวันและชีวิตของผู้เชื่อเริ่มเปลี่ยนแปลงด้วยเช่นกัน (กิจการ 2:43-47)

เมื่อเขาเห็นความกล้าหาญของเปโตรกับยอห์นและรู้ว่าท่านทั้งสองขาดการศึกษาและเป็นคนมีความรู้น้อยก็ประหลาดใจแล้วสำนึกว่าคนทั้งสองเคยอยู่กับพระเยซู เมื่อเขาเห็นคนนั้นที่หายโรคยืนอยู่กับเปโตรและยอห์นเขาก็ไม่มีข้อคัดค้านที่จะพูดขึ้นได้ (กิจการ 4:13-14)

มีหมายสำคัญและการมหัศจรรย์หลายอย่างซึ่งอัครสาวกได้ทำด้วยมือของตนในหมู่ประชาชน (พวกสาวกอยู่พร้อมใจกันในเฉลียง

ของซาโลมอนและคนอื่น ๆ ไม่อาจเข้ามาอยู่ด้วย แต่ประชาชนเคารพพวกเขามาก มีชายหญิงเป็นอันมากที่เชื่อถือได้เข้ามาเป็นสาวกขององค์พระผู้เป็นเจ้ามากกว่าก่อน) จนเขาหามคนเจ็บป่วยออกไปที่ถนนวางบนที่นอนและแคร่เพื่อเมื่อเปโตรเดินผ่านไปอย่างน้อยเงาของท่านจะได้ถูกเขาบางคนประชาชนได้ออกมาจากเมืองที่อยู่ล้อมรอบกรุงเยรูซาเล็มพาคนป่วยและคนที่มีผีโสโครกเบียดเบียนมาและทุกคนก็หาย (กิจการ 5:12-16)

นั่นเป็นพลังอำนาจของการอธิษฐานแบบร่วมใจกันซึ่งช่วยให้พวกอัครทูตประกาศพระวจนะอย่างกล้าหาญ รักษาคนตาบอด คนง่อย และคนที่ไร้กำลังเรี่ยวแรง คนเหล่านั้นทำให้คนตายเป็นขึ้นมา รักษาโรคนานาชนิดให้หาย และขับไล่วิญญาณชั่วออกไป

ต่อไปนี้เป็นเรื่องราวของเปโตรซึ่งถูกจองจำอยู่ในคุกในช่วงรัชสมัยของเฮโรด (อากริปปาที่ 1) ซึ่งมีการข่มเหงคริสต์ศาสนาอย่างกว้างขวาง ในกิจการ 12:5 เราพบว่า "เพราะฉะนั้นเปโตรจึงถูกจำไว้ในคุก แต่ว่าคริสตจักรได้อธิษฐานต่อพระเจ้าเพื่อเปโตรโดยไม่หยุด" ในขณะที่เปโตนอนหลับอยู่และถูกล่ามโซ่ คริสตจักรได้ร่วมใจกันอธิษฐานต่อพระเจ้าเผื่อเปโตรโดยไม่หยุดหย่อน หลังจากที่พระเจ้าทรงได้ยินคำอธิษฐานของคริสตจักรพระองค์จึงทรงส่งทูตสวรรค์มาช่วยเปโตรให้รอดจากคุก

ในคืนก่อนที่เฮโรดจะนำตัวเปโตรไปขึ้นศาล อัครทูตท่านนี้ถูกกล่ามโซ่สองเส้นและนอนหลับอยู่ในคุกพร้อมกับมียามเฝ้าอยู่หน้าประตูคุก (กิจการ 12:6) แต่พระเจ้าได้ทรงสำแดงฤทธิ์อำนาจของพระองค์ด้วยการทำให้โซ่นั้นหลุดจากมือของเปโตรและทำให้ประตูเหล็กของคุกเปิดออกเอง (กิจการ 12:7-10) เมื่อเดินทางมาถึงบ้านของมารีย์มารดาของยอห์นผู้มีชื่ออีกว่ามาระโกเปโตรพบว่าที่นั่นมีหลาย

คนได้ร่วมกันประชุมอธิษฐานเผื่อท่าน (กิจการ 12:12) การอัศจรรย์ที่เกิดขึ้นเป็นผลของพลังอำนาจของการอธิษฐานร่วมกันของคริสตจักร

สิ่งเดียวที่คริสตจักรกระทำเพื่อเปโตรที่ถูกจำคุกคือการอธิษฐานแบบร่วมใจกัน เช่นเดียวกัน เมื่อคริสตจักรถูกครอบงำด้วยปัญหาหรือเมื่อความเจ็บป่วยเกิดขึ้นกับผู้เชื่อ แทนที่จะใช้ความคิดหรือวิธีการของมนุษย์และแทนที่จะวิตกกังวล อันดับแรก บุตรของพระเจ้าต้องเชื่อว่าพระองค์จะแก้ปัญหาทุกอย่างของเขาและร่วมใจกันอธิษฐานด้วยความเป็นน้ำหนึ่งใจเดียวกัน

พระเจ้าทรงให้ความสนใจกับการอธิษฐานแบบร่วมใจกันของคริสตจักร พระองค์ทรงปีติยินดีกับการอธิษฐานแบบร่วมใจกัน และพระองค์ทรงตอบคำอธิษฐานรูปแบบนี้ด้วยการทำงานอย่างอัศจรรย์ของพระองค์ ลองคิดดูซิว่าพระเจ้าจะทรงพอพระทัยเพียงใดเมื่อพระองค์ทรงเห็นบุตรของพระเจ้าร่วมใจกันอธิษฐานเผื่อแผ่นดินและความชอบธรรมของพระองค์

เมื่อผู้คนเต็มล้นด้วยพระวิญญาณบริสุทธิ์และอธิษฐานด้วยวิญญาณเมื่อเขาร่วมใจกันอธิษฐาน คนเหล่านี้จะมีประสบการณ์กับการทำงานอันยิ่งใหญ่ของพระเจ้า เขาจะได้รับพลังอำนาจเพื่อดำเนินชีวิตตามพระคำของพระเจ้า เป็นพยานถึงพระเจ้าผู้ทรงพระชนม์อยู่เหมือนที่พวกผู้เชื่อและอัครทูตในคริสตจักรยุคแรกได้กระทำขยายแผ่นดินของพระเจ้า และได้รับทุกสิ่งที่เขาทูลขอ

โปรดจำไว้ว่าพระเจ้าของเราได้ทรงสัญญากับเราว่าพระองค์จะตอบเราเมื่อเราร่วมใจกันอธิษฐานทูลขอต่อพระองค์ ขอให้ท่านแต่ละคนเข้าใจถึงความสำคัญของการอธิษฐานแบบร่วมใจกันอย่างถ่องแท้และประชุมร่วมกับผู้คนที่อธิษฐานในพระนามของพระเยซูคริส

ต่อย่างร้อนรนเพื่อท่านจะมีประสบการณ์กับพลังอำนาจอันยิ่งใหญ่ของการอธิษฐานแบบร่วมใจกันก่อนเป็นอันดับแรกพร้อมทั้งได้รับฤทธิ์อำนาจแห่งการอธิษฐานและเป็นคนงานที่มีค่าของพระเจ้าด้วยการเป็นพยานถึงพระเจ้าผู้ทรงพระชนม์อยู่ ผมอธิษฐานในพระนามขององค์พระผู้เป็นเจ้า

บทที่ 7

จงอธิษฐานอยู่เสมอและอย่ายอมแพ้

พระองค์ตรัสคำอุปมาเรื่องหนึ่งให้เขาฟังเพื่อสอนว่า
คนทั้งหลายควรอธิษฐานอยู่เสมอไม่อ่อนระอาใจ
พระองค์ตรัสว่า "ในนครหนึ่งมีผู้พิพากษาคนหนึ่งที่มิได้เกรงกลัวพระเจ้าและมิได้เห็นแก่มนุษย์
ในนครนั้นมีหญิงม่ายคนหนึ่งมาหาผู้พิพากษาผู้นั้นพูดว่า
'ขอแก้แค้นศัตรูของข้าพเจ้าให้ข้าพเจ้าเถิด'
ฝ่ายผู้พิพากษานั้นไม่ยอมทำจนช้านาน แต่ภายหลังเขานึกในใจว่า
'แม้ว่าเราไม่เกรงกลัวพระเจ้าและไม่เห็นแก่มนุษย์ แต่เพราะหญิงม่ายคนนี้มากวนเราให้ลำบาก
เราจะแก้แค้นให้เขา เพื่อมิให้นางมารบกวนบ่อยๆให้เรารำคาญใจ'"
และองค์พระผู้เป็นเจ้าตรัสว่า "จงฟังคำที่ผู้พิพากษาอธรรมนี้ได้พูด
พระเจ้าจะไม่ทรงแก้แค้นให้คนที่พระองค์ได้ทรงเลือกไว้
ผู้ร้องถึงพระองค์ทั้งกลางวันและกลางคืนหรือ
พระองค์จะอดพระทัยไว้ช้านานหรือ
เราบอกท่านทั้งหลายว่า พระองค์จะทรงแก้แค้นให้เขาโดยเร็ว
แต่เมื่อบุตรมนุษย์มา ท่านจะพบความเชื่อในแผ่นดินโลกหรือ"

(ลูกา 18:1-8)

1. คำอุปมาเรื่องหญิงม่ายกับผู้พิพากษาอธรรม

เมื่อพระเยซูทรงสั่งสอนพระวจนะของพระเจ้าให้กับประชาชนพระองค์ทรงสั่งสอนเขาโดยใช้คำอุปมา (มาระโก 4:33-34) คำอุปมาเรื่อง "หญิงม่ายกับผู้พิพากษาอธรรม" ซึ่งเป็นข้อพระคัมภีร์ที่ใช้สำหรับบทนี้ให้ความกระจ่างชัดแก่เราเกี่ยวกับความสำคัญของการยืนหยัดอธิษฐาน วิธีการอธิษฐานอย่างสม่ำเสมอ และทำอย่างไรเราจึงจะไม่ยอมแพ้ในการอธิษฐาน

ท่านยืนหยัดในการอธิษฐานเพียงใดเพื่อให้ได้รับคำตอบจากพระเจ้า ท่านกำลังหยุดพักจากการอธิษฐานอยู่หรือไม่ หรือว่าท่านได้ล้มเลิกไปแล้วเพราะพระเจ้ายังไม่ได้ตอบคำอธิษฐานของท่าน

ในชีวิตมีปัญหาและเรื่องราวต่าง ๆ จำนวนนับไม่ถ้วนทั้งเล็กและใหญ่ เมื่อเราประกาศพระกิตติคุณกับคนอื่นและบอกเขาเกี่ยวกับพระเจ้าผู้ทรงพระชนม์อยู่ คนที่แสวงหาพระเจ้าบางคนจะเริ่มเข้าร่วมนมัสการในคริสตจักรเพื่อแก้ปัญหาของตนและบางคนเพียงแต่ต้องการพบการเล้าโลมใจของตน

ไม่ว่าเหตุผลของการที่ผู้คนเข้าร่วมนมัสการในคริสตจักรจะเป็นอะไรก็ตาม เมื่อคนเหล่านี้นมัสการพระเจ้าและต้อนรับเอาพระเยซูคริสต์ เขาก็เรียนรู้ว่าในฐานะบุตรของพระเจ้าเขาจะได้รับทุกสิ่งที่ตนทูลขอและได้รับการเปลี่ยนแปลงให้เป็นบุคคลแห่งการอธิษฐาน

ดังนั้นบุตรของพระเจ้าทุกคนต้องเรียนรู้จักลักษณะของการอธิษฐานที่พระเจ้าทรงพอพระทัยผ่านทางพระคำของพระองค์ อธิษฐานตามส่วนประกอบที่สำคัญของการอธิษฐาน และมีความเชื่อที่จะยืนหยัดอดทนและอธิษฐานจนกว่าเขาจะได้รับผลแห่งคำตอบจากพระเ

จ้า เพราะเหตุนี้ผู้คนที่มีความเชื่อจึงรู้จักถึงความสำคัญของการอธิษฐานและอธิษฐานจนเป็นนิสัย คนเหล่านี้ไม่ทำบาปด้วยเลิกอธิษฐานแม้เขาจะไม่ได้รับคำตอบในทันที แทนที่เขาจะล้มเลิกคนเหล่านี้จะอธิษฐานด้วยใจร้อนรนมากยิ่งขึ้น

ผู้คนจะได้รับคำตอบจากพระเจ้าและถวายเกียรติแด่พระองค์ด้วยความเชื่อเช่นนี้เท่านั้น ถึงกระนั้นแม้คนจำนวนมากจะพูดว่าตนเชื่อ แต่ก็เป็นการยากที่จะพบผู้คนที่มีความเชื่อที่ยิ่งใหญ่เช่นนี้ เพราะเหตุนี้องค์พระผู้เป็นเจ้าของเราจึงตรัสถามว่า "แต่เมื่อบุตรมนุษย์มา ท่านจะพบความเชื่อในแผ่นดินโลกหรือ"

ในเมืองหนึ่งมีผู้พิพากษาอธรรมคนหนึ่งและในเมืองนั้นมีหญิงม่ายคนหนึ่งมาหาผู้พิพากษาผู้นั้นซ้ำแล้วซ้ำอีกและวิงวอนกับท่านว่า "ขอแก้แค้นศัตรูของข้าพเจ้าให้ข้าพเจ้าเถิด" ผู้พิพากษาอสัตย์คนนี้คาดหวังที่จะได้รับสินบนแต่หญิงม่ายยากจนคนนั้นไม่สามารถหาสิ่งใดมาตอบแทนผู้พิพากษาคนนั้นได้ ถึงกระนั้นหญิงม่ายคนนั้นก็มาหาผู้พิพากษาซ้ำแล้วซ้ำอีกและวิงวอนท่าน ผู้พิพากษาปฏิเสธที่จะให้ความช่วยเหลือแก่เธออย่างต่อเนื่องเช่นกัน จากนั้นวันหนึ่งผู้พิพากษาคนนี้เปลี่ยนใจ ท่านรู้ไหมว่าทำไม ขอให้ฟังคำพูดของผู้พิพากษาอธรรมคนนี้

"แม้ว่าเราไม่เกรงกลัวพระเจ้าและไม่เห็นแก่มนุษย์ แต่เพราะหญิงม่ายคนนี้มากวนเราให้ลำบากเราจะแก้แค้นให้เขาเพื่อมิให้นางมารบกวนบ่อย ๆ ให้เรารำคาญใจ" (ลูกา 18:4-5)

เพราะหญิงม่ายไม่ยอมแพ้และเดินทางไปหาผู้พิพากษาอย่างต่อเนื่องพร้อมกับคำวิงวอนของเธอ แม้แต่ผู้พิพากษาอธรรมคนนี้ก็ยอ

มทำตามคำขอร้องของหญิงม่ายที่มารบกวนเขาอยู่อย่างต่อเนื่อง

ในตอนท้ายของคำอุปมาเรื่องนี้พระเยซูทรงให้กุญแจของการได้รับคำตอบจากพระเจ้าแก่เรา พระองค์ตรัสว่า "จงฟังคำที่ผู้พิพากษาอธรรมนี้ได้พูด พระเจ้าจะไม่ทรงแก้แค้นให้คนที่พระองค์ได้ทรงเลือกไว้ ผู้ร้องถึงพระองค์ทั้งกลางวันและกลางคืนหรือ พระองค์จะอดพระทัยไว้ช้านานหรือ เราบอกท่านทั้งหลายว่า พระองค์จะทรงแก้แค้นให้เขาโดยเร็ว"

ถ้าผู้พิพากษาอธรรมยอมฟังคำวิงวอนของหญิงม่าย แล้วทำไมพระเจ้าผู้ชอบธรรมจะไม่ทรงตอบเมื่อบุตรของพระองค์ร้องทูลต่อพระองค์ ถ้าบุตรของพระเจ้าปฏิญาณตนเพื่อจะรับเอาคำตอบสำหรับปัญหาที่เฉพาะเจาะจง อดอาหาร อธิษฐานโต้รุ่ง และปล้ำสู้ในการอธิษฐาน พระเจ้าไม่ทรงตอบเขาอย่างรวดเร็วได้อย่างไร ผมแน่ใจว่าพวกท่านหลายคนได้ยินถึงตัวอย่างจำนวนมากของผู้คนที่ได้รับคำตอบจากพระเจ้าในช่วงการอธิษฐานด้วยการปฏิญาณตน

ในสดุดี 50:15 พระเจ้าตรัสกับเราว่า "จงร้องทูลเราในวันทุกข์ยากลำบาก เราจะช่วยเจ้าให้พ้นและเจ้าจะถวายสง่าราศีแก่เรา" กล่าวคือ พระเจ้าทรงตั้งพระทัยที่จะให้เราถวายเกียรติแด่พระองค์ด้วยการตอบคำอธิษฐานของเรา พระเยซูทรงเตือนเราไว้ในมัทธิว 7:11 ว่า "เหตุฉะนั้นถ้าท่านทั้งหลายเองผู้เป็นคนชั่ว ยังรู้จักให้ของดีแก่บุตรของตน ยิ่งกว่านั้นสักเท่าใดพระบิดาของท่านผู้ทรงสถิตในสวรรค์จะประทานของดีแก่ผู้ที่ขอจากพระองค์" แล้วพระเจ้าผู้ทรงมอบพระบุตรองค์เดียว

ให้มาสิ้นพระชนม์เพื่อเราจะไม่ทรงตอบคำอธิษฐานของบุตรที่รักของพระองค์ได้อย่างไร พระเจ้าทรงปรารถนาที่จะมอบคำตอบอย่างรวดเร็วให้กับบุตรของพระองค์ที่รักพระองค์

ถึงกระนั้น เพราะเหตุใดผู้คนจำนวนมากจึงไม่ได้รับคำตอบแม้เขาจะอธิษฐาน พระคำของพระเจ้าบอกเราไว้อย่างเจาะจงในมัทธิว 7:7-8 ว่า "จงขอแล้วจะได้ จงหาแล้วจะพบ จงเคาะแล้วจะเปิดให้แก่ท่าน เพราะว่าทุกคนที่ขอก็ได้รับ คนที่แสวงหาก็พบ และคนที่เคาะก็จะเปิดให้เขา" เพราะเหตุนี้จึงเป็นไปไม่ได้ที่คำอธิษฐานของเราจะไม่ได้รับคำตอบ ถึงกระนั้นพระเจ้าก็ไม่สามารถตอบคำอธิษฐานของเราเพราะเรามีกำแพงบาปขวางกั้นเรากับพระเจ้า เพราะเราไม่ได้อธิษฐานมากพอ หรือเพราะเวลาที่เราจะได้รับคำตอบจากพระองค์ยังมาไม่ถึง

เราต้องอธิษฐานอยู่เสมอโดยไม่ยอมแพ้เพราะเมื่อเราอดทนนานและอธิษฐานอย่างต่อเนื่องด้วยความเชื่อ พระวิญญาณบริสุทธิ์จะทรงทำลายกำแพงที่ขวางกั้นระหว่างเรากับพระเจ้าลงและจะทรงเปิดหนทางแห่งคำตอบของพระเจ้าผ่านการกลับใจใหม่ เมื่อดูเหมือนว่าคำอธิษฐานของเรามีจำนวนมากพอในสายพระเนตรของพระเจ้า พระองค์จะทรงตอบเราอย่างแน่นอน

ในลูกา 11:5-8 พระเยซูทรงสอนเราอีกครั้งหนึ่งเกี่ยวกับความอดทนนานและการรบเร้าอย่างไม่หยุดหย่อน

ผู้ใดในพวกท่านมีมิตรสหายคนหนึ่ง และจะไปหามิตรสหายนั้นในเวลาเที่ยงคืนพูดกับเขาว่า 'เพื่อนเอ๋ย ขอให้ฉันยืมขนมปังสามก้อนเถิด เพราะเพื่อนของฉันคนหนึ่งเพิ่งเดินทางมาหาฉัน และฉันไม่มีอะไรจะให้เขารับประทาน' ฝ่ายมิตรส

หายที่อยู่ข้างในจะตอบว่า 'อย่ารบกวนฉันเลย ประตูก็ปิดเสียแล้ว ทั้งพวกลูกก็นอนร่วมเตียงกับฉันแล้ว ฉันจะลุกขึ้นหยิบให้ท่านไม่ได้' เราบอกท่านทั้งหลายว่า แม้เขาจะไม่ลุกขึ้นหยิบให้คนนั้นเพราะเป็นมิตรสหายกัน แต่ว่าเพราะวิงวอนมากเข้า เขาจึงจะลุกขึ้นหยิบให้ตามที่เขาต้องการ

พระเยซูทรงสอนว่าพระเจ้าจะไม่ทรงปฏิเสธ แต่พระองค์จะทรงตอบการรบเร้าอย่างต่อเนื่องของบุตรของบรรดาบุตรของพระเจ้า เมื่อเราอธิษฐานต่อพระเจ้าเราต้องอธิษฐานด้วยความกล้าหาญและความอดทนนาน ผมไม่ได้บอกว่าให้เราเอาแต่เรียกร้อง แต่ให้เราอธิษฐานและทูลขอด้วยรู้สึกแน่ใจโดยความเชื่อ พระคัมภีร์กล่าวถึงเหล่าบิดาแห่งความเชื่อที่ได้รับคำตอบจากพระเจ้าด้วยการอธิษฐานแบบนี้

หลังจากยาโคบได้ปล้ำสู้กับทูตสวรรค์ที่แม่น้ำยับบอกจนถึงรุ่งเช้า ท่านอธิษฐานด้วยใจร้อนรนและยืนกรานอย่างเหนียวแน่นที่จะรับพระพรโดยพูดว่า "ข้าพเจ้าไม่ยอมให้ท่านไปนอกจากท่านจะอวยพรแก่ข้าพเจ้า" (ปฐมกาล 32:26) และพระเจ้าประทานพระพรแก่ยาโคบ จากจุดนั้นเป็นต้นมายาโคบถูกเรียกว่า "อิสราเอล" และกลายเป็นบรรพบุรุษของชนชาติอิสราเอล

ในมัทธิวบทที่ 15 มีหญิงชาวคานาอันคนหนึ่งซึ่งลูกสาวของเธอทนทุกข์ทรมานจากการถูกผีเข้าสิง หญิงคนนี้เดินทางมาพบพระเยซูเป็นครั้งแรกและร้องทูลพระองค์ว่า "โอ พระองค์ผู้ทรงเป็นบุตรดาวิดเจ้าข้า ขอทรงโปรดเมตตาข้าพระองค์เถิด ลูกสาวของข้าพระอง

ค์มีผีสิงอยู่เป็นทุกข์ลำบากยิ่งนัก" แต่พระเยซูไม่ทรงตอบเขาสักคำเดียว (มัทธิว 15:22-23) เมื่อผู้หญิงคนนี้เดินทางมาพบพระองค์เป็นครั้งที่สองพร้อมกับคุกเข่าลงและวิงวอนต่อพระองค์ พระเยซูตรัสเพียงว่า "เรามิได้รับใช้มาหาผู้ใด เว้นแต่แกะหลงของวงศ์วานอิสราเอล" และทรงปฏิเสธคำขอร้องของหญิงคนนั้น (มัทธิว 15:25-26) เมื่อผู้หญิงคนนั้นรบเร้าพระเยซูอีกครั้งหนึ่งว่า "จริงพระองค์เจ้าข้า แต่สุนัขนั้นย่อมกินเดนที่ตกจากโต๊ะนายของมัน" จากนั้นพระเยซูตรัสกับเธอว่า "โอ หญิงเอ๋ย ความเชื่อของเจ้าก็มาก ให้เป็นไปตามความปรารถนาของเจ้าเถิด" (มัทธิว 15:27-28)

ในทำนองเดียวกัน เราต้องเดินตามรอยเท้าของเหล่าบิดาแห่งความเชื่อของเราตามพระคำของพระเจ้าและอธิษฐานอยู่เสมอ เราต้องอธิษฐานด้วยความเชื่อ ด้วยความรู้สึกของความแน่ใจ และด้วยจิตใจที่ร้อนรน เราต้องเป็นสาวกที่แท้จริงของพระคริสต์ในชีวิตการอธิษฐานของเราโดยไม่ยอมแพ้ด้วยความเชื่อในพระเจ้าของเราผู้ทรงอนุญาตให้เราเก็บเกี่ยวในเวลาที่เหมาะสม

2. ทำไมเราต้องอธิษฐานอยู่เสมอ

มนุษย์ไม่สามารถมีชีวิตอยู่ได้ถ้าเขาไม่หายใจฉันใด บุตรของพระเจ้าผู้ที่ได้รับพระวิญญาณบริสุทธิ์ก็ไม่สามารถมีชีวิตนิรันดร์อยู่ได้ถ้าเขาไม่อธิษฐานฉันนั้น การอธิษฐานเป็นการสนทนากับพระเจ้าผู้ทรงพระชนม์อยู่และเป็นการหายใจของวิญญาณจิตของเรา ถ้าบุตรของพระเจ้าผู้ที่ได้รับพระวิญญาณบริสุทธิ์ไม่สื่อสารกับพระองค์เข

าก็จะดับไฟของพระวิญญาณบริสุทธิ์และเขาจะไม่สามารถเดินอยู่บนเส้นทางแห่งชีวิต ตรงกันข้าม เขาจะเดินลงไปสู่หนทางแห่งความตายและไม่ได้รับความรอดในที่สุด

แต่เพื่อให้การอธิษฐานเป็นการสื่อสารกับพระเจ้าเราต้องมาถึงความรอดเมื่อเราได้ยินพระสุรเสียงของพระวิญญาณบริสุทธิ์และเรียนรู้และดำเนินชีวิตตามน้ำพระทัยของพระเจ้า แม้ทางเดินของเราจะมีปัญหา แต่พระเจ้าจะประทานหนทางให้เราหลีกเลี่ยงปัญหานั้นได้ พระองค์จะทรงทำให้คนที่รักพระองค์เกิดผลอันดีในทุกสิ่งด้วยเช่นกัน ด้วยการอธิษฐานเราจะมีประสบการณ์กับฤทธิ์อำนาจของพระเจ้าผู้ยิ่งใหญ่ผู้ทรงเสริมกำลังเราให้สามารถเผชิญหน้าและเอาชนะผีมารซาตาน ดังนั้นเราจึงถวายเกียรติแด่พระองค์ด้วยความเชื่ออันมั่นคงของเราซึ่งสามารถทำให้สิ่งที่เป็นไปไม่ได้เป็นไปได้

เพราะเหตุนี้ พระคัมภีร์จึงสั่งให้เราอธิษฐานอยู่เสมอ (1 เธสะโลนิกา 5:7) และนี่คือ "น้ำพระทัยของพระเจ้า" (1 เธสะโลนิกา 5:18) พระเยซูทรงวางแบบที่ถูกต้องของการอธิษฐานด้วยการอธิษฐานอย่างสม่ำเสมอตามน้ำพระทัยของพระเจ้าโดยไม่คำนึงถึงเวลาและสถานที่ พระองค์ทรงอธิษฐานในถิ่นทุรกันดาร บนภูเขา และในหลายที่หลายแห่งและทรงอธิษฐานในตอนเช้าตรู่และในตอนกลางคืน

เหล่าบิดาแห่งความเชื่อของเราดำเนินชีวิตตามน้ำพระทัยของพระเจ้าด้วยการอธิษฐานอยู่เสมอ ผู้เผยพระวจนะซามูเอลบอกเราว่า "ยิ่งกว่านั้น ส่วนข้าพเจ้าขอพระเจ้าอย่ายอมให้ข้าพเจ้ากระทำบาปต่

อพระเยโฮวาห์เลยด้วยการหยุดอธิษฐานเพื่อท่านทั้งหลาย แต่ข้าพเจ้าจะสอนทางที่ดีและที่ถูกให้ท่าน" การอธิษฐานเป็นน้ำพระทัยของพระเจ้าและเป็นพระบัญชาของพระองค์ ซามูเอลบอกเราว่าการหยุดอธิษฐานจะนำไปสู่ความบาป

เมื่อเราไม่อธิษฐานหรือหยุดพักจากชีวิตแห่งการอธิษฐานของเรา ความคิดฝ่ายโลกจะแทรกซึมเข้ามาในความคิดของเราและจะขัดขวางเราไม่ให้ดำเนินชีวิตตามน้ำพระทัยของพระเจ้าและเราจะพบกับปัญหาที่ยุ่งยากมากมายเพราะเราไม่ได้อยู่ภายใต้การปกป้องของพระเจ้า ดังนั้นเมื่อผู้คนล้มลงสู่การทดลองเขาจะบ่นต่อว่าพระเจ้าหรือหลงหายไปจากทางของพระองค์มากยิ่งขึ้น

เพราะเหตุนี้ 1 เปโตร 5:8-9 จึงเตือนเราว่า "ท่านทั้งหลายจงเป็นคนใจหนักแน่น จงระวังระไวให้ดี ด้วยว่าศัตรูของท่าน คือพญามาร วนเวียนอยู่รอบๆดุจสิงโตคำราม เที่ยวไปเสาะหาคนที่มันจะกัดกินได้ จงต่อสู้กับศัตรูนั้นด้วยตั้งใจมั่นคงในความเชื่อ โดยรู้อยู่ว่าความยากลำบากอย่างนั้นก็มีแก่พวกพี่น้องทั้งหลายของท่านที่อยู่ในโลกเช่นเดียวกัน" ขอให้เราอธิษฐานไม่เพียงแต่ในยามที่เรามีปัญหาเท่านั้นแต่จงอธิษฐานอยู่เสมอเพื่อเราจะเป็นบุตรของพระเจ้าผู้รับพระพรเพื่อให้เราจำเริญสุขทุกประการในชีวิตของเรา

3. เราจะเก็บเกี่ยวในเวลาที่เหมาะสม

กาลาเทีย 6:9 กล่าวว่า "อย่าให้เราเมื่อยล้าในการทำดี เพราะว่าถ้าเราไม่ท้อใจแล้ว เราก็จะเกี่ยวเก็บในเวลาอันสมควร"

การอธิษฐานก็เช่นเดียวกัน เมื่อเราอธิษฐานอยู่เสมอตามน้ำพระทัยของพระเจ้าโดยไม่ยอมแพ้และเราจะเก็บเกี่ยวในเวลาที่เหมาะสม

ถ้าชาวนาขาดความอดทนหลังจากที่เขาหว่านเมล็ดพืชลงไปและขุดเมล็ดพืชนั้นขึ้นมาจากผืนดิน หรือถ้าเขาไม่ใส่ใจกับหน่อที่จะงอกขึ้นมาและรอคอย เขาก็จะไม่ได้รับประโยชน์ใดจากการเก็บเกี่ยว การอุทิศตนและความอดทนนานคือสิ่งจำเป็นจนกว่าเราจะได้รับคำตอบต่อคำอธิษฐานของเรา

ยิ่งกว่านั้น เวลาของการเก็บเกี่ยวก็แตกต่างกันไปตามลักษณะของเมล็ดที่เราหว่านลงไปเช่นกัน เมล็ดบางประเภทให้ผลในเวลาสองสามเดือนในขณะที่เมล็ดชนิดอื่นอาจต้องใช้เวลาหลายปี เราเก็บเกี่ยวพืชผักและเมล็ดข้าวได้ง่ายกว่าผลของแอปเปิลหรือพืชที่หายากบางชนิดอย่างเช่นโสม ยิ่งพืชผลนั้นมีคุณค่าและราคาแพงมากเท่าใดเวลาและการอุทิศตนยิ่งต้องมีมากขึ้นเท่านั้น

ท่านต้องรู้ว่ายิ่งปัญหายิ่งใหญ่และรุนแรงมากขึ้นเท่าใดเราต้องอาศัยการอธิษฐานที่มากขึ้นเท่านั้นเช่นกัน เมื่อผู้เผยพระวจนะดาเนียลเห็นนิมิตเกี่ยวกับอนาคตของอิสราเอล คร่ำครวญไว้ทุกข์และอธิษฐานอยู่เป็นเวลาสามสัปดาห์ พระเจ้าทรงได้ยินคำอธิษฐานของดาเนียลในวันแรกและทรงส่งทูตมาหาดาเนียลเพื่อให้ท่านมั่นใจว่าพระเจ้าทรงได้ยินคำอธิษฐานของท่านแล้ว (ดาเนียล 10:12) แต่เนื่องจากผู้พิทักษ์ราชอาณาจักรเปอร์เซียได้ขัดขวางทูตองค์นั้นไว้เป็นเวลายี่สิบเอ็ดวันทูตสวรรค์องค์นั้นจึงมาหาดาเนียลได้ในวันสุดท้ายและเมื่อนั้นเองที่ดาเนียลรู้อย่างมั่นใจ (ดาเนียล 10:13-14)

ลองคิดดูซิว่าจะเกิดอะไรขึ้นถ้าดาเนียลยอมแพ้และหยุดอธิษฐ

าน แม้ดาเนียลจะเป็นทุกข์และหมดสีนเรียวแรงหลังจากท่านเห็นนิมิต แต่ดาเนียลก็ทุ่มเทในการอธิษฐานต่อไปและในทีสุดท่านก็ได้รับคำตอบจากพระเจ้า

เมือเราอดทนนานด้วยความเชือและอธิษฐานไปจนกว่าเราจะได้รับคำตอบจากพระเจ้า พระองค์จะประทานผู้ช่วยให้กับเราและจะนำเราไปสู่คำตอบของพระองค์ เพราะเหตุนีทูตทีนำคำตอบของพระเจ้ามาสู่ดาเนียลจึงบอกกับท่านว่า “เจ้าผู้พิทักษ์ราชอาณาจักรเปอร์เซียได้ขัดขวางข้าพเจ้าไว้ถึงยีสิบเอ็ดวัน ข้าพเจ้าจึงยังอยู่ทีนันกับกษัตริย์ทังหลายของเปอร์เซีย แต่ดูเถิด มีคาเอลเจ้าผู้พิทักษ์ชันหัวหน้าผู้หนึงมาช่วยข้าพเจ้า บัดนีข้าพเจ้ามากระทำให้ท่านเข้าใจถึงสิงซึงจะตกกับชนชาติของท่านในกาลภายหน้า เพราะนิมิตนันยังมีไว้สำหรับวันเวลาอีกเป็นอันมาก” (ดาเนียล 10:13-14)

ท่านอธิษฐานเผือปัญหาประเภทใด คำอธิษฐานของท่านไปถึงพระบัลลังก์ของพระเจ้าหรือไม่ เพือให้เข้าใจนิมิตทีพระเจ้าทรงมอบให้กับท่าน ดาเนียลได้ตัดสินใจทีจะถ่อมตัวลงโดยท่านไม่ยอมกินอาหารทีอร่อย เนือหรือน้ำองุ่นไม่ได้เข้าไปในปากของท่านเลย ท่านไม่ได้ชโลมน้ำมันทีตัวของท่านตลอดเวลาสามสัปดาห์ (ดาเนียล 10:3) เมือดาเนียลถ่อมใจลงในการปฏิญาณตนเพืออธิษฐานตลอดระยะเวลาสามสัปดาห์ พระเจ้าทรงได้ยินคำอธิษฐานของท่านและทรงตอบท่านในวันแรก

ณ จุดนีจงให้ความสนใจกับความจริงทีว่าแม้พระเจ้าทรงได้ยินคำอธิษฐานของดาเนียลและทรงตอบคำอธิษฐานของท่านตังแต่วันแรก แต่กว่าทีคำตอบของพระเจ้าจะมาถึงดาเนียลได้นันต้องใช้เวลาถึ

งสามสัปดาห์ เมื่อพบกับปัญหารุนแรงหลายคนพยายามที่จะอธิษฐานเป็นเวลาหนึ่งวันหรือสองวันและล้มเลิกอย่างรวดเร็ว การกระทำเช่นนี้แสดงให้เห็นถึงความเชื่อเพียงเล็กน้อยของเขา

สิ่งที่เราต้องการมากที่สุดในยุคนี้คือจิตใจที่เชื่อมั่นในพระเจ้าผู้ทรงตอบคำอธิษฐานของเราเพียงอย่างเดียว จิตใจที่อดทนนานและอธิษฐานโดยไม่คำนึงว่าคำตอบของพระเจ้าจะมาถึงเมื่อใด ถ้าปราศจากความอดทนนานเราจะได้รับคำตอบจากพระเจ้าได้อย่างไร

พระเจ้าทรงทำให้ฝนตกตามฤดูกาลของมันทั้งฝนต้นฤดูและฝนปลายฤดูและทรงกำหนดเวลาไว้สำหรับการเก็บเกี่ยว (เยเรมีย์ 5:24) เพราะเหตุนี้พระเยซูจึงตรัสกับเราว่า "เหตุฉะนั้นเราบอกท่านทั้งหลายว่า ขณะเมื่อท่านจะอธิษฐานขอสิ่งใด จงเชื่อว่าได้รับและท่านจะได้รับสิ่งนั้น" เพราะดาเนียลเชื่อในพระเจ้าผู้ทรงตอบคำอธิษฐานท่านจึงอดทนไว้นานและไม่ยอมหยุดพักจากการอธิษฐานจนกว่าท่านจะได้รับคำตอบจากพระเจ้า

พระคัมภีร์บอกเราว่า "ความเชื่อคือความแน่ใจในสิ่งที่เราหวังไว้ เป็นหลักฐานมั่นใจว่า สิ่งที่ยังไม่ได้เห็นนั้นมีจริง" (ฮีบรู 11:1) ถ้าใครก็ตามที่เลิกอธิษฐานเพราะเขายังไม่ได้รับคำตอบจากพระเจ้าคนนั้นอย่าคิดว่าตนมีความเชื่อหรือคิดว่าจะได้รับคำตอบใด ๆ จากพระเจ้า ถ้าเขามีความเชื่อที่แท้จริงเขาจะไม่ติดยึดอยู่กับสถานการณ์ในปัจจุบัน แต่เขาจะอธิษฐานอย่างต่อเนื่องโดยไม่ยอมแพ้ทั้งนี้เพราะเขาเชื่อว่าพระเจ้า (ผู้ทรงอนุญาตให้เราเก็บเกี่ยวในสิ่งที่เราหว่านและทรงตอบแทนเราตามสิ่งที่เราได้กระทำ) จะตอบเขาอย่างแน่นอนนั่นเอง

เอเฟซัส 5:7-8 กล่าวว่า "เหตุฉะนั้นท่านอย่าคบหาสมาคมกับคนเหล่านั้นเลย เพราะว่าเมื่อก่อนท่านเป็นความมืด แต่บัดนี้ท่านเป็นความสว่างแล้วในองค์พระผู้เป็นเจ้า จงดำเนินชีวิตอย่างลูกของความสว่าง" ขอให้ท่านแต่ละคนมีความเชื่อที่แท้จริง อดทนนานในการอธิษฐานต่อพระเจ้าผู้ยิ่งใหญ่ และได้รับทุกสิ่งที่ท่านทูลขอในคำอธิษฐานและมีชีวิตที่ไพบูลย์ไปด้วยพระพรของพระเจ้า ผมอธิษฐานในพระนามของพระเยซูคริสต์องค์พระผู้เป็นเจ้า

เกี่ยวกับผู้เขียน
ดร. แจร็อก ลี

ดร. แจร็อก ลี เกิดที่เมืองมวน จังหวัดโจนนัม สาธารณะรัฐเกาหลี ในปี 1943 เมื่อท่านมีอายุ 20 ปี ดร. ลี ทนทุกข์ทรมานกับโรคภัยไข้เจ็บที่รักษาไม่ได้หลายชนิดเป็นเวลาถึงเจ็ดปีและนอนรอความตายโดยไม่มีความหวังของการหายโรค แต่อยู่มาวันหนึ่งในช่วงฤดูใบไม้ผลิของปี 1974 พี่สาวของท่านพาท่านมาที่คริสตจักรและเมื่อท่านคุกเข่าลงอธิษฐานพระเจ้าผู้ทรงพระชนม์อยู่ทรงรักษาท่านให้หายจากโรคภัยไข้เจ็บทั้งสิ้นของท่านในทันที

นับตั้งแต่ดร.ลีพบกับพระเจ้าผู้ทรงพระชนม์อยู่ผ่านทางประสบการณ์ที่อัศจรรย์นั้นเป็นต้นมาท่านรักพระเจ้าอย่างจริงใจและด้วยสุดหัวใจของท่าน ในปี 1978 ท่านได้รับการทรงเรียกให้เป็นผู้รับใช้พระเจ้า ท่านอธิษฐานอย่างร้อนรนเพื่อจะเข้าใจน้ำพระทัยของพระเจ้าอย่างชัดเจนและทำให้น้ำพระทัยนั้นสำเร็จอย่างสมบูรณ์พร้อมทั้งเชื่อฟังพระวจนะทั้งสิ้นของพระเจ้า ในปี 1982 ท่านได้ก่อตั้งคริสตจักรมันมินขึ้นในกรุงโซล ประเทศเกาหลีใต้ พระราชกิจอันมากมายของพระเจ้าซึ่งรวมถึงการรักษาโรคอย่างอัศจรรย์และหมายสำคัญต่าง ๆ เกิดขึ้นในคริสตจักรของท่านอย่างต่อเนื่อง

ในปี 1986 ดร.ลี ได้รับการสถาปนาให้เป็นศิษยาภิบาล ณ ที่ประชุมสมัชชาประจำปีของคริสตจักรของพระเยซู "ซุงกุล" แห่งประเทศเกาหลีใต้และในปี 1990 (4 ปีต่อมา) คำเทศนาของท่านถูกนำไปเผยแพร่ในประเทศออสเตรเลีย สหรัฐอเมริกา รัสเซีย ฟิลิปปินส์ และอีกหลายประเทศผ่านพันธกิจของผู้ประกาศข่าวประเสริฐ (เอฟ.อี.บี.ซี.) สถานีวิทยุกระจายเสียงแห่งเอเชีย (เอ.บี.เอส.) และสถานีวิทยุคริสเตียนแห่งกรุงวอชิงตัน (ดับเบิลยู.ซี.อาร์.เอส.)

สามปีต่อมา (ในปี 1993) คริสตจักรมันมินเซ็นทรัลเชิร์ชได้รับเลือกให้เป็นหนึ่งใน "50 คริสตจักรชั้นนำระดับโลก" โดยนิตยสาร "โลกคริสตชน" ของสหรัฐอเมริกาและท่านได้รับมอบปริญญาดุษฎีบัณฑิตกิตติมศักดิ์ สาขาพันธกิจศาสตร์จากสถาบันพระคริสตธรรมที่มีชื่อเสียงสองแห่งในสหรัฐอเมริกา นั่นคือ วิทยาลัยคริสเตียนเฟธแห่งรัฐฟลอริดาและสถาบันพระคริสตธรรมคิงส์เวย์แห่งรัฐไอโอวา

นับตั้งแต่ปี 1993 เป็นต้นมา ดร.ลีเป็นผู้นำในการทำพันธกิจทั่วโลกโดยผ่านการรณรงค์เพื่อการประกาศที่จัดขึ้นในประเทศต่าง ๆ เช่น ประเทศแทนซาเนีย อาร์เจนติน่า อูกานดา ญี่ปุ่น ปากีสถาน เคนย่า ฟิลิปปินส์ ฮอนดูรัส อินเดีย รัสเซีย เยอรมันนี เปรู สาธารณะรัฐประชาธิปไตยคองโก และนครนิวยอร์ก สหรัฐอเมริกา ในปี 2002 หนังสือพิมพ์คริสเตียนฉบับหนึ่ง

ในประเทศเกาหลีใต้ขนานนามท่านว่าเป็น "ศิษยาภิบาลของคนทั่วโลก" จากการทำพันธกิจด้านการประกาศพระกิตติคุณในต่างประเทศของท่าน

ในเดือนมีนาคม 2010 คริสตจักรมันมินจุง-อังมีสมาชิกมากกว่า 1 แสนคน และมีคริสตจักรสาขาทั้งในและต่างประเทศอีก 9,000 แห่งทั่วโลก ปัจจุบันคริสตจักรนี้ส่งมิชชันนารีมากกว่า 132 คนไปยัง 23 ประเทศทั่วโลกซึ่งรวมถึงสหรัฐอเมริกา รัสเซีย เยอรมันนี แคนนาดา ญี่ปุ่น จีน ฝรั่งเศส อินเดีย เคนย่า และอีกหลายประเทศ

ในปัจจุบัน ดร.ลีเขียนหนังสือ 60 เล่มซึ่งรวมถึงหนังสือที่มียอดขายสูงสุดเรื่อง "ลิ้มรสชีวิตนิรันดร์ก่อนความตาย" "ชีวิตและศรัทธาของข้าพเจ้า" "สาส์นจากกางเขน" "ขนาดแห่งความเชื่อ" "สวรรค์ภาค 1 และ 2" "นรก" และ "ฤทธานุภาพของพระเจ้า" และอีกหลายเล่ม งานเขียนของท่านถูกแปลเป็นภาษาต่าง ๆ มากกว่า 44 ภาษา

บทความของท่านยังปรากฏอยู่ในหนังสือพิมพ์และนิตยสารฉบับต่าง ๆ เช่น "เดอะ ฮานกุก อิลโบ" "เดอะ จุง-อัง อิลโบ" "เดอะ มุนวา อิลโบ" "เดอะ โซลชินมุล" "เดอะ ฮานเกียไร ชินมุน" "เดอะ ฮานกุก เกียงเจ ชินมุน" "เดอะ โกเรียเฮราลด์" "เดอะ ชีซา นิวส์" "หนังสือพิมพ์คริสเตียน" และ "หนังสือเพื่อการประกาศประชาชาติ"

ปัจจุบัน ดร.ลีเป็นผู้ก่อตั้ง ผู้นำ ผู้อำนวยการ และประธานของสมาคมและองค์กรมิชชันนารีจำนวนมากซึ่งรวมถึงการดำรงตำแหน่งประธานของสหคริสตจักรแห่งความบริสุทธิ์เกาหลี (UHCK); ผู้อำนวยการ The Nation Evangelization Paper; ผู้อำนวยการองค์การพันธกิจมิชชันมันมิน (MWM); ผู้ก่อตั้งสถานีโทรทัศน์มันมิน (Manmin TV); ผู้ก่อตั้งและประธานเครือข่ายสื่อมวลชนคริสเตียนทั่วโลก (GCN); ผู้ก่อตั้งและประธานเครือข่ายหมอคริสเตียนทั่วโลก (WCDN); และผู้ก่อตั้งและประธานสถาบันศาสนศาสตร์นานาชาติมันมิน (MIS)

หนังสือเล่มอื่น ๆ ที่เขียนขึ้นโดยผู้เขียนคนเดียวกันได้แก่...

I

สวรรค์ (ภาค 1)
สวรรค์ (ภาค 2)

คำบรรยายโดยละเอียดเกี่ยวกับสภาพแวดล้อมที่มีชีวิตชีวาซึ่งพลเมืองแห่งสวรรค์จะได้ชื่นชมและการบรรยายลักษณะอันงดงามของสวรรค์ชั้นต่าง ๆ
คำเชิญชวนให้เข้าสู่นครเยรูซาเล็มใหม่อันบริสุทธิ์ซึ่งประตูทั้งสิบสองบานของนครนี้ทำด้วยไข่มุกอันแวววาวระยิบระยับ นครนี้ตั้งอยู่ท่ามกลางสวรรค์อันรุ่งเรืองสุกใสเหมือนดังเพชรนิลจินดาที่มีค่า

ตื่นเถิดอิสราเอล

เพราะเหตุใดพระเจ้าจึงทรงเฝ้าดูอิสราเอลตั้งแต่จุดเริ่มต้นของโลกมาจนถึงปัจจุบัน อะไรคือการจัดเตรียมของพระเจ้าสำหรับอิสราเอล (ผู้ที่รอคอยพระเมสสิยาห์) ในช่วงวาระสุดท้าย

สาส์นจากกางเขน

ทำไมพระเยซูจึงเป็นพระผู้ช่วยให้รอดเพียงผู้เดียว เป็นข่าวสารแห่งการฟื้นฟูที่มีอานุภาพสำหรับทุกคนที่หลับใหลฝ่ายวิญญาณ ในหนังสือเล่มนี้ท่านพบถึงเหตุผลของการที่พระเยซูทรงเป็นพระผู้ช่วยให้รอดแต่พระองค์เดียวและความรักที่แท้จริงของพระเจ้า

ลิ้มรสชีวิตนิรันดร์ก่อนเสียชีวิต

เป็นบันทึกเรื่องจริงเกี่ยวกับคำพยานของศจ.ดร.แจร็อก ลีผู้ที่บังเกิดใหม่และได้รับการช่วยให้รอดจากหุบเหวแห่งความตายและดำเนินชีวิตคริสเตียนที่เป็นแบบอย่าง

ขนาดแห่งความเชื่อ

สถานที่แบบใด มงกุฎ และรางวัลชนิดใดที่ถูกจัดเตรียมไว้ในสวรรค์ หนังสือเล่มนี้จะให้ความรู้และคำแนะนำแก่ท่านในการวัดขนาดความเชื่อและการเพาะบ่มความเชื่อของท่านให้เจริญเติบโตมากที่สุด

www.urimbook.com

www.ingramcontent.com/pod-product-compliance
Lightning Source LLC
LaVergne TN
LVHW051951060526
838201LV00059B/3599
* 9 7 9 1 1 2 6 3 1 3 5 7 0 *